# माझी जीवनयात्रा

## स्वप्ने साकारताना...

**ए. पी. जे. अब्दुल कलाम**

अनुवाद

**सुप्रिया वकील**

मेहता पब्लिशिंग हाऊस

MY JOURNEY TRANSFORMING DREAMS INTO ACTIONS
by Dr.A.P.J. Abdul Kalam

First Published by Rupa Publications India Pvt.Ltd.
Illustrated by Priya Sebastian
Translated into Marathi Language by Supriya Vakil

**माझी जीवनयात्रा...** / अनुवादित आत्मकथन

अनुवाद : सुप्रिया वकील

Email : author@mehtapublishinghouse.com

मराठी अनुवादाचे व प्रकाशनाचे हक्क : मेहता पब्लिशिंग हाऊस प्रा.लि., पुणे.

संस्थापक : सुनील अनिल मेहता

प्रकाशक : मेहता पब्लिशिंग हाऊस प्रा. लि.,
१९४१, सदाशिव पेठ, माडीवाले कॉलनी, पुणे ३०.

मुद्रक : श्री मुद्रा

मुखपृष्ठ व
आतील चित्रे : रूपा पब्लिकेशन्स इंडिया लिमिटेड यांच्या सौजन्याने

प्रकाशनकाल : सप्टेंबर, २०१४ / नोव्हेंबर, २०१५ /
जून, २०१७ / नोव्हेंबर, २०१९ /
पुनर्मुद्रण : मार्च, २०२४

किंमत : ₹ २२०

P B ISBN 9788184985634
E B ISBN 9788184989274
E Books available on : amazonkindle Apple Books Google Play Books

---

*गेल्या दोन दशकांत मी*
*ज्यांच्याशी संवाद साधला,*
*त्या १ कोटी ६० लाख तरुणांना...*

# प्रस्तावना

'माझी जीवनयात्रा'मध्ये माझ्या ऐंशी वर्षांच्या आयुष्यातील... अगदी बालपणापासून ते आज वयाचा ऐंशीचा टप्पा पार करेपर्यंतच्या काळातील काही खास आठवणी जागवल्या आहेत. या सगळ्या प्रवासात अनुभवांचे हे सगळे कण वेचताना मी एक महत्त्वाची गोष्ट शिकलो आहे, ती म्हणजे प्रत्येकाने आयुष्याच्या निरनिराळ्या टप्प्यांवर स्वप्नं उराशी बाळगलीच पाहिजेत. आणि मग ती साकार करण्यासाठी कठोर मेहनत घेतली पाहिजे, असं केल्यास यश दूर नाही. मी आजवर अनेक लोकांना सांगत आलो आहे, ही स्वप्नं म्हणजे आपल्याला झोपेत पडतात ती नव्हेत; ही स्वप्नं अशी असली पाहिजेत, जी आपल्याला कधी झोपूच देणार नाहीत.

मी एके दिवशी बागेत फेरफटका मारत असताना, या पुस्तकाची कल्पना मनात आली. नेहमीप्रमाणेच मी विशाल अर्जुनवृक्षाखाली थबकलो... हे झाड जवळजवळ शंभरीचं

होत आलं आहे. मी वर नजर टाकली; झाडाच्या फांद्यांवर कुठं पक्षांची नवी घरटी किंवा मधमाशीचं नवं पोळं दिसतंय का, ते पाहायला. नवी दिल्लीतल्या त्या वृक्षाकडे पाहत असताना मला एकदम माझ्या वडिलांची खूप आठवण झाली. तेसुद्धा सकाळी लवकर उठून दिवसाच्या आरंभी काही तास निसर्गाच्या सोबतीत घालवायचे. आमच्या गावात पायी फेरफटका मारायचे. आमची नारळाची झाडं पाहायचे. माझ्या बालपणीचे दिवस आठवले आणि माझ्या चेहऱ्यावर स्मित फुललं, मनात आनंदाचं कारंजं नाचू लागलं... ज्यांचं बोट धरून मी तो काळ पार केला, ते तिथले लोक आठवले. मग आजवर केलेली जीवनयात्रा आठवली... मी पार केलेल्या वेगवेगळ्या वाटा, पाहिलेल्या गोष्टी, प्रसंग... सारं आठवत गेलं. मग मनात आलं, या साऱ्या आठवणी आणि अनुभव स्वत:जवळच ठेवावेत, का आपल्या असंख्य वाचकांपर्यंत आणि आता महाकाय वटवृक्षासारख्या विस्तारलेल्या कुटुंबापर्यंतही पोहोचवावेत?... आता आमच्या कुटुंबाच्या फांद्या नातवंडं, पतवंडं, खापरपतवंडांपर्यंत

विस्तारलेल्या आहेत!

आजवर मी काही पुस्तकं लिहिलेली आहेत, त्यांपैकी काहींमध्ये मी माझ्या बालपणीच्या आठवणी लिहिल्या आहेत. मी माझ्या आयुष्यावर पहिलं पुस्तक लिहिलं तेव्हा या लेखनात कुणाला रस वाटेल का, असं मला वाटलं होतं. या पुस्तकात मी माझ्या आयुष्यातल्या आजवर न लिहिलेल्या, छोट्या-छोट्या, फारशा परिचित नसलेल्या गोष्टी लिहिल्या आहेत. माझ्या आई-वडिलांच्या आठवणी लिहिल्या आहेत. कारण त्यांनी माझ्यात मोठ्या ममतेने जी मूल्यं व नीतिमत्तेची जाणीव रुजवली, ती मी आज वयाच्या ब्याऐंशीव्या वर्षीसुद्धा जपतो आहे. त्यांनी माझ्यात ज्या गुणांची जोपासना केली, त्यांचे निरीक्षण करता-करता मी जे शिकलो आणि प्रतिकूल परिस्थितीला सामोरे जाताना ते ज्या तऱ्हेने वागले. ह्या सगळ्या गोष्टी मला माझे जगणे अधिक चांगले करण्यासाठी उपयोगी पडल्या आहेत. आणि याच कणखर मूल्यांतून ते आजही माझ्यामध्ये जिवंत आहेत. माझे वडील इतरांना समजून घेण्याचं महत्त्व सांगायचे किंवा अडचणींना त्यांनी

ज्या धीरोदात्तपणे तोंड दिलं, त्या गोष्टी पुढे मला जेव्हा निरनिराळ्या प्रतिकूलतेशी झगडावं लागलं, त्या वेळी आठवायच्या. माझ्या आईच्या कोमल स्पर्शात आणि तिने आम्हा भावंडांचं ज्या हळुवारपणे संगोपन केलं, त्यामध्ये मला वात्सल्याचं अवघं विश्व दिसायचं. इथे मला माझी बहीण जोहरा आणि तिचं औदार्य याबद्दल आणि माझा पहिला मार्गदर्शक गुरू अहमद जलालुद्दिन याच्या विशाल दृष्टिकोनाबद्दल आवर्जून सांगायलाच हवं, असं मला वाटतं. त्याच्यामुळेच मला आणखी शिकण्याची प्रेरणा मिळाली. मी भारतीय हवाई दलात जाण्यास पात्र ठरलो नव्हतो. अशासारखे अपयशी प्रसंग आणि इतर प्रतिकूलता यांमुळे मला आयुष्यात असे धक्के आणि तडाखे बसण्याची गरज कळून चुकली. होय! असे अडथळे त्या-त्या वेळी अगदी पार न करता येण्याजोगे वाटतात, पण मनात जर दृढ निश्चय असेल, तर कोणत्याही अडथळ्यावर मात करता येतेच.

अलीकडेच मी प्रोफेसर अरुण तिवारी या माझ्या स्नेह्यांशी

बोलत होतो. त्यांनी मला अचानक एक वेगळाच प्रश्न केला. त्यांनी विचारलं, "कलाम साहेब, तुम्ही तुमच्या आजवरच्या आयुष्याबद्दल एका वाक्यात कसं सांगाल?"

त्यांच्या या प्रश्नावर मी काहीवेळ विचार केला आणि म्हणालो, "अरुण, माझ्या आयुष्याबद्दल म्हणता येईल की, भरभरून प्रेम लाभलेलं लहान मूल... संघर्ष... आणखी संघर्ष... दु:खाचे कढत अश्रू... मग आनंदाश्रू... आणि अखेर सुंदर व सुफल आयुष्य... पूर्णचंद्रबिंब उमटताना पाहावं तसं...!"

या पुस्तकातील आठवणी माझ्या सर्व वाचकांना त्यांची स्वप्नं जाणून घेण्यास व ती साकार करण्यासाठी परिश्रम करण्यास भाग पाडतील. ही स्वप्नंच त्यांना जागृत ठेवतील.

–

ए.पी.जे. अब्दुल कलाम

## अनुक्रमणिका

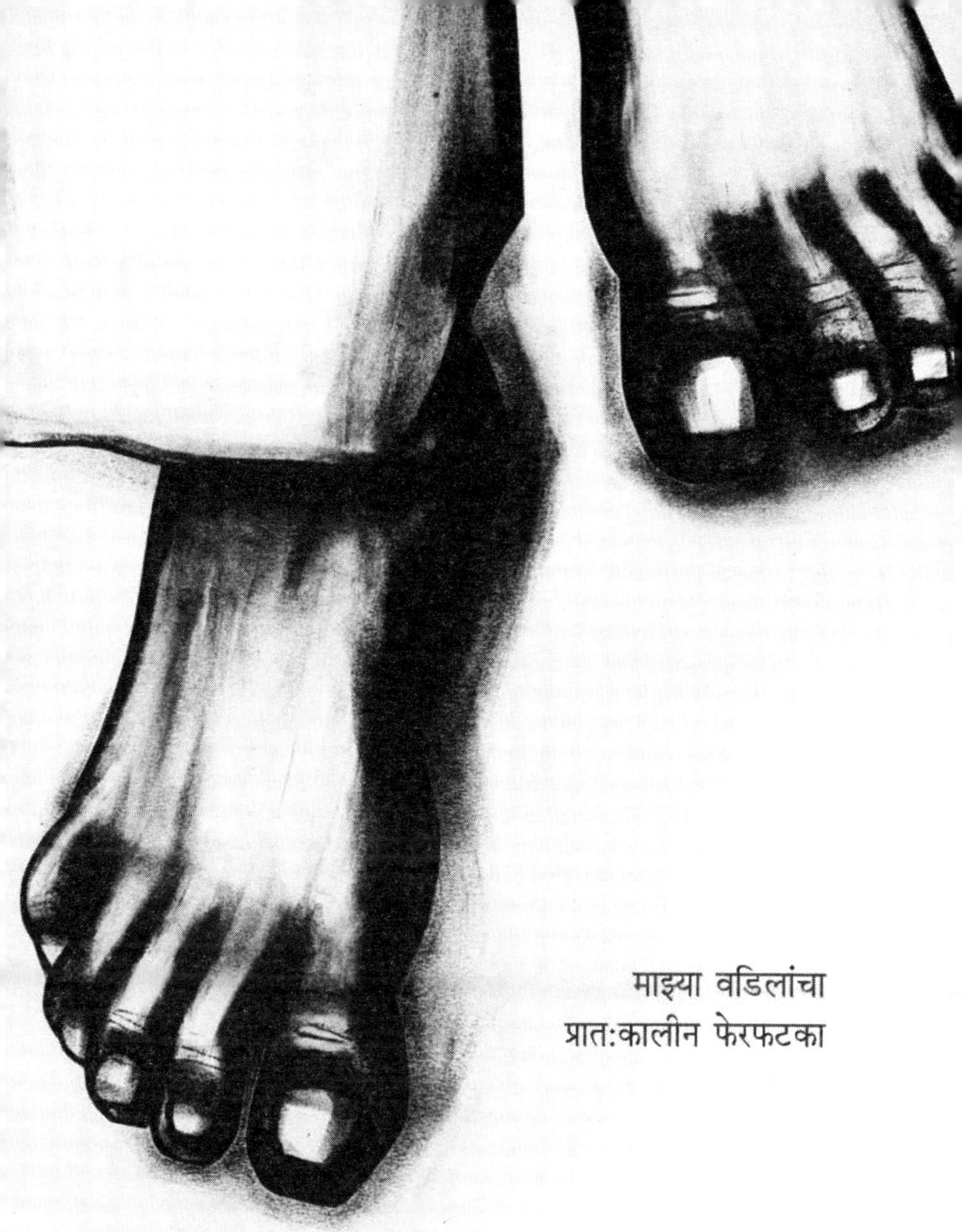

# माझ्या वडिलांचा प्रात:कालीन फेरफटका

मला आठवतंय तेव्हापासून, माझे वडील जैनुलब्दीन यांचा दिवस पहाटे चार वाजता सुरू होत असे. घरातल्या सर्वांच्या आधी ते उठत असत. पहाट फुटतानाच देवाची प्रार्थना करून, ते आमच्या नारळाच्या बागेत लांबवर पायी फिरायला जात असत. आम्ही 'रामेश्वरम'मध्ये राहायचो. रामेश्वरम म्हणजे तमिळनाडूत एका बेटावरचं छोटंसं मंदिर-ग्राम होतं. आमचं गाव भारताच्या पूर्व किनारपट्टीवर असल्यामुळे आमच्याकडे सूर्योदय लवकर होतो. आमचं दिवसाचं वेळापत्रक सूर्योदय-सूर्यास्त व सागराच्या लाटांच्या लयीत चालत असे.

सागराची गाज आमच्या आयुष्यात सदैव भरून असायची. पावसाळ्यात खवळलेल्या दिवसांत वादळं, चक्रीवादळं नियमित घुमत असत. आमचं वडिलोपार्जित घर चांगलं प्रशस्त होतं. चुनखडी आणि विटांचं ते घर एकोणिसाव्या शतकात केव्हातरी बांधलं होतं. आमचं घर सुखसोयींनी युक्त वगैरे कधीच नव्हतं, पण घरात प्रेमाची उब मात्र भरपूर होती. माझ्या वडिलांचा नाव-बांधणीचा व्यवसाय होता. शिवाय, आमच्या घरापासून साधारण चार मैल अंतरावर आमची छोटीशी नारळाची बाग होती. माझे वडील भल्या

पहाटे त्या बागेपर्यंत फिरायला जात असत. त्यांचा हा अगदी नित्यक्रम होता, त्यात सहसा खंड पडत नसे. आमचं घर ज्या मशीद मार्गावर होतं, त्या भागात मुख्यत्वे मुस्लिमांची छोटी वस्ती होती. आमच्या गावातील सुप्रसिद्ध प्राचीन मंदिरापासून हा भाग जवळच होता. माझे वडील फिरायला बाहेर पडायचे ते गावातल्या अरुंद गल्ल्या पार करत नारळाच्या बागांच्या दिशेने जाणाऱ्या मोकळ्या रस्त्यांच्या दिशेने जायचे आणि अखेर आमच्या जमिनीच्या छोट्याशा तुकड्यावर लावलेल्या नारळाच्या बागेकडे त्यांची पावलं वळायची.

आजही ते त्या शांत वाटांवरून चालत निघाले आहेत... दिवसाच्या अनेकविध मागण्या सुरू होण्याच्या कितीतरी आधीच ते फिरायला बाहेर पडले आहेत, असं चित्र डोळ्यांसमोर आणायचा प्रयत्न मी करत असतो. आमचं कुटुंब खूप मोठं असल्यामुळे आमच्या सगळ्यांच्या गरजा भागवण्यासाठी त्यांच्यावर नक्कीच अनेक दडपणं असणार. पण त्या वेळी ते लाटांची गाज तन्मयतेने ऐकत असायचे. त्यांच्यासारखेच उगवत्या सूर्यासोबत उठलेले आणि आवतीभोवती विहार करणारे, भक्ष्याच्या शोधार्थ घिरट्या घालणारे पाणपक्षी पाहात असायचे. चालताना बहुधा ते प्रार्थना म्हणत असायचे किंवा कदाचित प्रात:समयी त्यांच्या प्रसन्न, शांत मनात कुटुंबाचा विचार असावा. त्यांच्या या नित्य दीर्घ फेरफटक्यात त्यांच्या मनात काय चाललेलं असतं, हे मी त्यांना कधी विचारलं नाही... कारण आपल्याला लहानपणी आपल्या वडिलांबद्दल अशा प्रकारे विचार करायला वेळ कुठे असतो? पण मला नेहमी वाटत आलं आहे की, या सकाळच्या फेरफटक्याने त्यांच्या व्यक्तिमत्त्वात काहीतरी

भर नक्कीच पडली होती... एक असीम शांततेची ही छटा अनोळखी व्यक्तीच्यासुद्धा लक्षात येत असे.

माझ्या वडिलांचं औपचारिक शिक्षण फारसं झालेलं नव्हतं किंवा त्यांना त्यांच्या दीर्घ आयुष्यात फार ऐश्वर्यही कधी लाभलं नाही, पण मला आयुष्यात ज्या अत्यंत सुज्ञ व खरोखर उदार व्यक्ती भेटल्या, त्यामध्ये माझे वडीलही आहेत. आमची मशीद वस्तीच्या केंद्रस्थानी होती. सगळे जण अडीनडीला माझ्या वडिलांकडेच येत असत. त्यांचं ईश्वराशी खरंखुरं नातं आहे, असं लोकांना वाटत असे. मला आठवतंय, मी त्यांच्यासमवेत मशिदीत नमाज पढायला जात असे. ते एकही नमाज चुकू देत नसत किंवा तो टाळण्याचा विचारही ते आमच्या मनात येऊ देत नसत. नमाजपठण झाल्यानंतर आम्ही बाहेर यायचो तेव्हा बाहेर लोक त्यांची वाट पाहत थांबलेलेच असत... त्यांना माझ्या वडिलांशी बोलायचं असे, आपल्या चिंता-काळज्या सांगायच्या असत.

या सर्व स्त्री-पुरुषांना त्यांच्यात काय दिसत असेल? ते कुणी प्रवचनकार नव्हते की शिक्षक! स्वतःची श्रद्धा व आपल्या धर्माच्या तत्त्वांनुसार जगणारी ती एक व्यक्ती होती. मग ते या लोकांना काय देत होते? आता मला असं वाटतं की, त्यांच्या नुसत्या असण्यानेच हे लोक शांत होत असत आणि त्यांच्या मनात आशेचा किरण जागत असे. माझे वडील या लोकांसाठी प्रार्थना करत असत. बरेच लोक त्यांच्यासमोर पाण्याने भरलेला कुंडा धरत असत. माझे वडील त्या कुंड्यात बोटं बुडवून प्रार्थना करत असत. मग ते पाणी आजारी माणसाला द्यायला नेलं जात असे. पुढे यांपैकी बरेच लोक आमच्या घरी येऊन त्यांच्या जिवलग

व्यक्तीला बरं वाटल्याबद्दल माझ्या वडिलांना धन्यवाद देत असत.

माझे वडील हे कशासाठी करत असतील? त्यांना ही शांत वृत्ती आणि मनाचा उदारपणा कुठून लाभला असेल? स्वत:चं आयुष्य इतकं व्यग्र असताना इतर लोकांशी बोलावं, त्यांना दिलासा द्यावा, त्यांच्यासाठी प्रार्थना करावी, ही भावना त्यांच्यात कशी जागली असेल? ते एक साधेसे 'नाव-मालक' होते. मुख्य भूप्रदेशापासून बाजूला असलेल्या छोट्याशा मंदिर-ग्राममध्ये राहून हातातोंडाची मिळवणी करण्याचे मार्ग शोधत राहणारे! त्यांचं आयुष्य नक्कीच सोपं नव्हतं. तरीही, त्यांच्याशी बोलून मन मोकळं करू इच्छिणाऱ्या माणसाला त्यांनी कधी घालवून दिल्याचं, मी पाहिलेलं नाही.

ते अत्यंत आध्यात्मिक होते. त्यांचा परमेश्वराशी काहीतरी संवाद होता, यात शंकाच नाही. मला वाटतं, ही वृत्ती ते विद्वान असल्यामुळे आली असावी. त्यांना धर्मग्रंथाचं ज्ञान होतं. ते अगदी लहान मुलाच्या चौकस प्रश्नांना उत्तर देतानासुद्धा या ग्रंथातील मूलभूत सत्य सांगू शकत असत. मी त्यांना जेव्हा-जेव्हा प्रश्न विचारायचो, तेव्हा ते नेहमी उत्तर द्यायचे आणि साध्या-सोप्या तमिळ भाषेत मला समजावून सांगायचा प्रयत्न करायचे.

एकदा मी त्यांना विचारलं होतं, "हे लोक तुमच्याकडे का येतात? आणि तुम्ही त्यांच्यासाठी नेमके काय करता?"

त्यावर त्यांनी दिलेलं उत्तर आज जवळपास पन्नास वर्षांनंतरही माझ्या मनात जपून आहे.

ते म्हणाले होते, "माणसाला जेव्हा एकटं वाटतं, तेव्हा तो स्वाभाविक प्रतिक्रिया म्हणून कुणाची तरी सोबत

शोधू लागतो. जेव्हा तो त्रासात असतो, तेव्हा त्याला कुणीतरी मदत करावी असं वाटत असतं... पुन:पुन्हा झाकोळणारं दु:ख, उत्कट इच्छा-आकांक्षा दरवेळी आपला असा खास मदतनीस शोधत असतात. जेव्हा दु:खात जळणारे लोक माझ्याकडे येतात तेव्हा, सैतानी शक्तींच्या निवारणासाठी प्रार्थना व त्यांना काही अर्पण करण्याच्या त्यांच्या प्रयत्नांमध्ये मी निव्वळ एक साहाय्यक असतो.''

मग त्यांनी मला प्रार्थना व तिची ताकद याबद्दल जे सांगितलं, ते आजही माझ्या मनात गुंजत आहे... मी इतकी वर्षं विज्ञानसंशोधन क्षेत्रात असूनसुद्धा! ते म्हणाले होते की, 'बाह्य मदत शोधत राहणं, हे कधीही अंतिम उत्तर असू शकत नाही.'

'माणसाला दैवाचं भय आणि आपल्याच साफल्याचा शत्रू शोधायला शिकवणारा दृष्टिकोन यातला फरक समजून घेता आला पाहिजे... जेव्हा संकटं येतात तेव्हा आपल्या दु:खांचा संदर्भ समजून घेण्याचा प्रयत्न केला पाहिजे. प्रतिकूलतेमुळे नेहमी आत्मपरिक्षणाची संधी मिळते.'

दैवाने मला जे अपयश व बरेच तडाखे दिले आहेत, त्यामध्ये मी या त्यांच्या शिकवणीमुळेच स्वत:च्या अंतरंगात डोकावून शक्ती मिळवू शकलो आहे. मी रामेश्वरमपासून दूर... खूप दूर गेलो. या यात्रेदरम्यान मी कधी कल्पनासुद्धा केली नव्हती, अशा ठिकाणी गेलो. लढाऊ विमानाच्या कॉकपीटपासून... ते राष्ट्राच्या सर्वोच्च पदापर्यंत! तरीही त्यांचे शब्द कायम मला स्मरत राहिले आहेत.

ते म्हणायचे, 'ईश्वरीशक्ती सदैव आपल्यावर लक्ष ठेवत असते. ती आपल्याला दु:खांच्या, अपयशांच्या व अरिष्टांच्या आवर्तातून अलगद बाहेर काढत असते. आपण जर मनाची

द्वारं उघडली, तर ही शक्ती आपल्याला आपल्या खऱ्या स्थानापर्यंत जाण्याचा मार्ग मुक्त करून दाखवेल. तुम्हाला मर्यादेत जखडणाऱ्या या शक्तीला तुमचं मन व्यापू दिलंत, तरच तुम्ही खरा आनंद व शांतीच्या मार्गावर वाटचाल करू शकाल.'

आज मी वयाची ब्याऐंशी वर्षं पूर्ण केली आहेत. त्यांच्याप्रमाणेच माझाही दिवस पायी फेरफटक्याने सुरू होतो, अगदी आजही! रोज सकाळी मी नव्या सूर्याचं दर्शन घेण्याचा आनंद घेतो, सूर्य उगवण्यापूर्वीचा आकाशातला मंद प्रकाश पाहतो, वाऱ्याची शीतल झुळूक अंगावर घेतो, पक्ष्यांचं मधूर कूजन ऐकतो... दिवसातला किती अल्पकाळ आपण निसर्गाशी जोडलेलो असतो. त्या-त्या दिवशी ज्या-ज्या गोष्टी घडतात... व त्याद्वारे वेगवेगळे घटक एकत्र येतात त्यांचा विचार केला तर जाणवतं, प्रत्येक सकाळ निराळी असते. दररोज सकाळी निसर्ग फक्त आपल्यासाठी हे मनोहर नाट्य घडवत असतो आणि मी ती नवलाई अनुभवत असतो. मी माझ्या दौऱ्यांच्या निमित्ताने कितीतरी वेगवेगळ्या शहरांत-गावांत जात असतो, पण सकाळच्या वेळची ती शांत प्रसन्नता सगळीकडे सारखीच असते. मी कुठंही असलो, तरी मला वयाने पक्व होत गेलेला एखादा वृक्ष दिसतोच... त्याच्या अंगाखांद्यावर पक्ष्यांची घरटी असतात. नवी पहाट फुटली की लगबगीने त्यांचा दिवस सुरू होतो. वाऱ्याची शीतल झुळूक अंगावर घेत त्याची पानं हळूच माझ्याकडे बघून हात हलवतात. वातावरण उबदार असो की अगदी स्वत:च्याच श्वासातून धुक्याचा पडदा उभा राहण्याइतका गारठा असो; दिवसातल्या या प्रहरी एरवी सतत घेरून असणाऱ्या सगळ्या चिंता-काळज्या दूर असतात... हे क्षण

माझ्यासाठी खूप मोलाचे असतात.

दिल्लीतल्या माझ्या घराबाहेर जुना अर्जुन वृक्ष आहे. मी बागेत फेरफटका मारतो, त्या वेळी कशी कोण जाणे, पण माझी पावलं त्या वृक्षाकडे वळतातच. या वृक्षाला मधाची पोळी लगडलेली असतात. हे शेकडो पक्ष्यांचं निवासस्थान आहे; विशेषत: पोपटांचं! या झाडाचा भारदस्तपणा, त्याचं रूप, त्याची उंची पाहिली की, माझ्या मनात वडिलांच्या स्मृती जाग्या होतात. मी या वृक्षाशी मूक संवाद केला आहे. आणि या वृक्षाला बोलता येत असतं, तर तो माझ्याशी काय बोलला असता अशी कल्पना करून मी या वृक्षावर एक कवितासुद्धा रचली आहे :

अरे, कलाम... मित्रा!
मी वयाची शंभरी पार केली आहे
तुझ्या आई-वडिलांसारखीच!
दररोज सकाळी तू तासभर पायी
चालतोस,
मी तुला पौर्णिमेच्या रात्रीसुद्धा पाहतो,
तू चालत असतोस... विचारमग्न!
माझ्या मित्रा, तुझ्या मनातले विचार
मला कळतात,
तू विचार करत असतोस,
'मी काय देऊ शकतो?'
(माझ्या दारातला विशाल वृक्ष)

आयुष्य नेईल त्या वाटेवर जात असताना मला खूपदा माझ्या वडिलांची आठवण होते. माझ्या मनश्चक्षूंसमोर,

वार्धक्यातसुद्धा दररोज नारळाच्या बागेत सकाळी फिरायला जाणारा एक साधासुधा माणूस येतो. ते घरातून बाहेर पडल्यानंतर तासाभराने नारळाच्या बागेत पोहोचायचे त्याचवेळी तिथं राखणीला ठेवलेला माणूससुद्धा सकाळी लवकर उठून कामाला लागलेला असे. माझे वडील बागेत पोहोचले की, तिथली माणसं प्रेमाने त्यांना अभिवादन करत असत. मग माझे वडील घटकाभर कुठंतरी बसत. तेवढ्या वेळात दुसरा माणूस सरसर नारळाच्या झाडावर चढून अर्धा डझन नारळ हेरून ते कोयत्याने सपासप तोडत असे. ते नारळ धपकन जमिनीवर पडत असत. मग तो माणूस झरझर खाली उतरून त्या नारळांचा व्यवस्थित बिंडा बांधत असे. तोवर माझे वडील आणि राखणदार झाडांबद्दल बोलत असत. आभाळावर नजर टाकून पाऊसपाणी, किटकनाशकं आणि मातीशी संबंधित इतर गोष्टींबद्दल त्यांच्यात चर्चा होई. मग जैनुलब्दीन तो नारळांचा बिंडा घेऊन, त्याचा निरोप घेऊन पुन्हा घराच्या दिशेने निघत. वाटेत ते शेजाऱ्या-पाजाऱ्यांना काही नारळ देत असत आणि बाकीचे घरी आणत. आई स्वयंपाकात जी भाजी-आमटी-चटण्या करायची त्यासाठी ते वापरले जात असत. मला आजही ते साधंसं भोजन आठवतं आणि आईने पानात वाढलेली गुळगुळीत वाटलेली मऊ-मलईदार चटणी तर मला खूप आवडायची. ती चव आज इतक्या वर्षांनंतरसुद्धा माझ्या जीभेवर रेंगाळत आहे. त्यामध्ये माझ्या आई-वडिलांचं वात्सल्य आणि त्यांची प्रामाणिक मेहनत असायची, हे माहीत असल्यामुळे तिची चव अधिकच रुचकर वाटायची.

ती नाव!

रामेश्वरम बेटावर राहत असताना माझ्या वाढत्या वयात समुद्र हा आमच्या आयुष्यातला मोठा घटक होता. समुद्राची भरती, लाटांचं उलगडत किनाऱ्यावर येऊन फुटणं, पम्बन पुलावरून धावणाऱ्या रेल्वेंचा आवाज, गावाभोवती घिरट्या घालणारे पक्षी, खारं वारं... ही सगळी दृष्यं आवाज माझ्या बालपणीच्या स्मृतींशी कायम गुंफलेली आहेत. समुद्राची आम्हाला सतत सोबत होतीच, शिवाय तो आमच्यासाठी व आमच्या शेजाऱ्यांसाठी उपजीविकेचं साधनही होता. जवळपास प्रत्येक घराचं समुद्राशी काहीतरी नातं होतंच, मग ते मासेमारीसाठी असेल वा 'नाव-मालक' म्हणून!

माझे वडीलसुद्धा फेरीबोट चालवायचे. रामेश्वरम ते धनुश्कोडी या दरम्यान लोकांना नावेतून ने-आण करण्याचं काम करायचे. धनुश्कोडी आमच्या गावापासून बावीस किलोमीटरवर होतं. त्यांना हे काम करण्याची कल्पना कधी सुचली... मग आम्ही नाव कशी बांधली... हे सगळं मला आजही स्मरतं.

रामेश्वरम प्राचीन काळापासून महत्त्वाचं तीर्थक्षेत्र मानलं जातं. सीतेची सुटका करण्यासाठी राम लंकेला निघाला असताना तो वाटेत इथं थांबला होता. आणि त्याने इथं सेतू बांधला अशी श्रद्धा आहे. रामेश्वरम हे 'शिवमंदिर' आहे.

इथलं शिवलिंग सीतेने स्थापन केलं आहे. काही रामायणांमध्ये असं म्हटलं जातं की, लंकेहून अयोध्येला परत जाताना राम, लक्ष्मण आणि सीता इथं शिवाला वंदन करण्यासाठी थांबले होते.

आमच्या गावात येणारे यात्रेकरू तीर्थयात्रेतील भाग म्हणून धनुश्कोडीला जातात. इथल्या सागर-संगमात स्नान करणं पवित्र मानलं जातं. या ठिकाणी बंगालचा उपसागर आणि हिंदी महासागर यांचा संगम होतो. आता यात्रेकरू या ठिकाणी गाडीने येऊ शकतात. पण मी लहान होतो, त्या काळी फेरीबोट हाच बेटावर येण्याचा मार्ग होता.

माझ्या वडिलांना मिळकतीचं तसं खूप ठोस असं साधन नसल्यामुळे संसाराला हातभार म्हणून त्यांनी फेरीबोट सुरू करायचं ठरवलं. त्यांनी मग समुद्रकिनारी नाव-बांधणीचं काम सुरू केलं.

लाकडाच्या फळ्या, धातूचे तुकडे यांमधून आकाराला येणारी नाव पाहताना माझा अभियांत्रिकी विश्वाशी प्रथमच परिचय घडला. त्यांनी नावेसाठी लाकूड मिळवलं. माझा आतेभाऊ अहमद जलालुद्दिन त्यांच्या मदतीला येत असे. लाकडाच्या लांब ओंडक्यातून हव्या त्या आकाराच्या फळ्या काढून घेणं, त्या वाळवणं, मग तासून गुळगुळीत करणं आणि मग एकत्र जोडणं... असं काम सुरू असायचं. मी अधीरपणे रोज तिथं जायचो. नावेचा मुख्य भाग बनवण्यासाठी आणि त्यातली भिंत बांधण्यासाठी वापरलं जाणारं लाकूड चांगलं तयार करून घेतलं जायचं. हळूहळू नाव आमच्यासमोर आकाराला यायची. पुढे बऱ्याच वर्षांनी मी 'अग्निबाण' आणि 'क्षेपणास्त्रं' बनवण्याचं काम करणार होतो. तेव्हा अभियांत्रिकीतील त्या नवल यांचा पाया असणार होतं,

क्लिष्ट गणित आणि विज्ञान संशोधन. समुद्रकिनाऱ्यावर त्या वेळी आकाराला येणारी आणि यात्रेकरू व मासेमारी करणाऱ्यांना ने-आण करण्याचं काम करणार 'ती नाव' आमच्या त्या वेळच्या आयुष्यात महत्त्वाची नव्हती असं कोण म्हणेल?

ती नाव बांधत असताना पाहण्याचा माझ्यावर आणखी एका अर्थाने खूप प्रभाव पडला. या निमित्ताने अहमद जलालुद्दिन माझ्या आयुष्यात आला. तो माझ्यापेक्षा वयाने बराच मोठा होता, तरी आमची छान गट्टी जमली. त्याने माझ्यातली शिकण्याची व प्रश्न विचारण्याची उपजतवृत्ती ओळखली होती. तो कायम माझं शांतपणे ऐकून घ्यायचा आणि मला सल्लाही द्यायचा. त्याला इंग्रजी लिहिता-वाचता येत होतं. तो माझ्याशी शास्त्रज्ञ, त्यांचे शोध, साहित्य, औषधं अशा विषयांवर बोलत असे. रामेश्वरमच्या रस्त्यांवरून अथवा समुद्रकिनारी भटकताना अथवा आमची नाव आकाराला येताना पाहत असताना माझ्या मनात कल्पनाचित्रं तयार होत होती, मनात महत्त्वाकांक्षांना पंख फुटत होते.

फेरीबोटचा व्यवसाय खूप यशस्वी झाला. माझ्या वडिलांनी काही नावाडी कामावर नेमले होते. ते यात्रेकरूंची धनुश्कोडीला ने-आण करण्याचं काम करत असायचे. कधीकधी मीसुद्धा त्या नावेतून या लोकांसमवेत रामेश्वरम ते धनुश्कोडी भ्रमंती करायचो. इथंच मी रामकथा ऐकली... रामाने लंकेला जाण्यासाठी वानरसेनेच्या मदतीने सेतू कसा बांधला... सीतेला कसं परत आणलं... परत येताना तो रावणवधाचे पापक्षालन करण्यासाठी पुन्हा रामेश्वरमला कसा थांबला... मग उत्तरेतून दूरवरून भव्य शिवलिंग

परत आणण्याचं काम हनुमानाला सांगितलं, पण त्याला येण्यास खूपच उशीर झाला होता, तेव्हा सीतेने स्वतःच्या हातांनी शिवलिंग घडवलं... अशा निरनिराळ्या कथा मला ऐकायला मिळायच्या. कारण आमच्या फेरीबोटीतून संपूर्ण भारतभरातले यात्रेकरू प्रवास करत असत. त्यांच्याकडून वेगवेगळ्या भाषेतल्या व स्वरूपातल्या कथा समजत असत. त्यांच्यामध्ये माझ्यासारख्या लहान मुलाचं स्वागत होत असे. त्यांच्यापैकी कुणी ना कुणी माझ्याशी मनापासून बोलत असे. आपली जीवनकथा मला सांगत असे. या यात्रेला येण्यामागची कारणं सांगत असे.

अशीच वर्षांमागून वर्षं उलटली. माझ्या शाळेने, शिक्षकांनी, अहमद जलालुद्दिन आणि इतर लोकांनीही मला अनेक गोष्टी शिकवल्या. पण ती नाव आणि ती पैलतिरी नेणारे नावाडी, हेही माझ्यालेखी काही कमी महत्त्वाचे नव्हते. समुद्राच्या उसळत्या लाटा, मुलायम वाळू, हास्याचे फवारे आणि कथांच्या संगतीत दिवस पुढे सरकत होते... आणि मग एक दिवस संकट कोसळलं.

बंगालच्या उपसागराला चक्रीवादळाचा तडाखा वरचेवर बसतो. विशेषतः नोव्हेंबर आणि मे महिन्यात हा धोका अधिक असतो. भयानक चक्रीवादळाचा तडाखा बसलेली ती रात्र आजही मला अगदी स्पष्ट आठवते. त्या दरम्यान काही दिवसांपासून वारं जोरात वाहत होतंच... पुढे-पुढे ते सूं-सूं करत तीव्र होत अक्षरशः कानांत घोंगावू लागलं. झाडं-झुडपं आणि मार्गात येणाऱ्या कशालाही झोडपून काढत ते वेगाने वाहत होतं. त्यापाठोपाठ मुसळधार पाऊस

सुरू झाला. आम्ही दिवस संपायच्या बरेच आधी घरी परत आलो. त्या काळी वीज नव्हती. घरातले दिवे वाऱ्याच्या तडाख्यात टिकतच नव्हते. घोंगावणाऱ्या पिसाट वाऱ्यात, मिणमिणत्या उजेडात, बाहेर धुंवाधार कोसळणाऱ्या पावसाच्या आवाजात आम्ही सगळे जण अंगाचं मुटकुळं करून रात्र सरण्याची वाट पाहत होतो. माझं मन पुन्हा-पुन्हा सागराकडे वळत होतं. तिथं कुणी अडकलं असेल का? आईच्या कुशीची माया सोबत नसताना तिथं अडकणं किती भयंकर असेल?

दुसऱ्या दिवशी सकाळी वादळ ओसरल्यानंतर बाहेर डोळ्यांवर विश्वास बसू नये, असा विध्वंस दिसत होता. आमच्या आजूबाजूला सारं संपलं होतं. शेतं, झाडं, घरं सगळं उन्मळून पडलं होतं, उद्ध्वस्त झालं होतं. रस्ते पाण्याखाली गेले होते. आणि ताशी शंभर मैल वेगानं वाहणाऱ्या वाऱ्यासोबत उद्ध्वस्त झालेले अवशेष येत होते. सगळ्यात वाईट गोष्ट म्हणजे आमची नाव वाहून गेली होती... कुणीतरी पोटावर जोराचा प्रहार करावा, तशी ही बातमी येऊन आदळली. आता जेव्हा मी ती रात्र आठवतो तेव्हा वाटतं की, आम्ही वादळ ओसरण्याची वाट पाहत होतो, त्या वेळी असं घडणार याची कल्पना वडिलांना असणार. त्यांनी आयुष्यात कितीतरी वादळं आणि चक्रीवादळंही पाहिली होती. हे वादळ त्यांपैकीच एक! तरीही त्यांनी आम्हा मुलांना धीर देऊन शांत केलं होतं आणि त्यांच्या चिंतांचं सावट आमच्यावर जराही पडू न देता आम्हा मुलांना झोपवलं होतं. उजाडलं तेव्हा त्यांचा ओढलेला चेहरा आणि डोळ्यांत साकळलेली काळजी पाहून मी स्वतःला सावरण्याचा प्रयत्न करत

होतो. माझ्या मनात आमची नाव वाहून गेल्याचं भयंकर दु:ख दाटलं होतं. मी माझ्या हाताने बनवलेली वस्तू बेदरकारपणे उधळून जावी, तसं वाटत होतं.

माझ्या वडिलांच्या संयमी, स्थिरचित्त वृत्तीमुळे आम्ही अशा बिकट प्रसंगातूनही पार झालो. नंतर आमच्याकडे दुसरी नाव आली, पुन्हा व्यवसाय सुरू झाला. यात्रेकरू व पर्यटकांची पुन्हा गजबज सुरू झाली. मंदिर व मशीद भाविकांच्या गर्दीने पुन्हा फुलून गेले. बाजारही माणसांनी गजबजला... खरेदी-विक्रीचे व्यवहार पुन्हा सुरू झाले.

वादळाचे आणि चक्रीवादळाचे तडाखे पुन:पुन्हा बसतच राहिले. मी त्या वातावरणातसुद्धा गाढ झोपायलाही शिकलो. पुढे बऱ्याच वर्षांनी १९६४ साली रामेश्वरमला चक्रीवादळाचा महाभयानक तडाखा बसला. त्या वेळी मी तिथं राहत नव्हतो. या खेपेच्या चक्रीवादळाने धनुश्कोडीचा भूभागच वाहून नेला. त्या वेळी पम्बन पूलावरून निघालेली रेल्वेसुद्धा वादळाच्या तडाख्यात सापडली. त्या रेल्वेत बरेच यात्रेकरू होते. या चक्रीवादळाने त्या प्रदेशाचा भूगोलच बदलला. धनुश्कोडी तर उजाड झालं. ते पुन्हा पहिल्यासारखं कधीच झालं नाही. आजही तेथील इमारतींचे भग्न अवशेष १९६४च्या चक्रीवादळाची साक्ष देतात.

त्या वादळात माझ्या वडिलांची फेरीबोट पुन्हा एकदा वाहून गेली. त्यांना पुन्हा एकदा त्यांचा व्यवसाय नव्याने सुरू करावा लागला. त्या वेळी मी या विश्वापासून फारच दूर गेलेलो असल्यामुळे मला त्यांना प्रत्यक्ष मदत फारशी करता आली नाही. पण मी जेव्हा 'सॅटेलाइट लॉन्च व्हेइकल'(SLV) 'अग्निबाण' अथवा 'पृथ्वी' व 'अग्नी'

क्षेपणास्त्रं साकार करण्यासाठी धडपडत होतो, त्या वेळी 'काउंटडाउन्स' आणि 'टेक-ऑफ'मध्ये व्यत्यय येत होते. बंगालच्या उपसागरालगतच्या 'थुम्बा' व 'चंडीपूर' या ठिकाणांहून अग्निबाणांचं प्रक्षेपण होणार होतं, पण या ठिकाणी मुसळधार पाऊस सुरू होता. त्या वेळी त्या विनाशकारी वादळानंतरचा माझ्या वडिलांचा चेहरा कायम माझ्या डोळ्यांसमोर असे. त्यांच्या चेहऱ्यावर मी जे भाव पाहिले होते, त्यामध्ये निसर्गाच्या सामर्थ्याची जाणीव होती. समुद्रकिनारी राहणं आणि समुद्रालाच उपजीविकेचं साधन बनवणं म्हणजे काय, याचं भान त्यांना जाणवत होतं. डोळ्याची पापणी लवण्याच्या आत आपल्या महत्त्वाकांक्षा आणि योजना चिरडून टाकू शकेल अशी ही बलवान शक्ती व ऊर्जा असते, याचीही जाणीव होती. आपल्यासमोर येणाऱ्या संकटांना सामोरं जाणं आणि स्वत:चं आयुष्य नव्यानं घडवणं, हाच जगण्याचा एकमात्र मार्ग असतो याचीही!

आठव्या वर्षी कष्ट सुरू...

दररोज सकाळी माझ्याकडे वर्तमानपत्रांचा भलामोठा गठ्ठा येतो. ही वृत्तपत्रं इंग्रजी व तमिळ दोन्ही भाषेतील असतात. परदेशप्रवासातसुद्धा मला भारतातल्या घडमोडी जाणून घ्यायच्या असतात. त्यामुळे मी विविध मासिकं आणि वृत्तपत्रांतील वृत्तलेख व संपादकीय 'ऑनलाइन' वाचत असतो. आता माहितीचा खजिना बोटाच्या एका 'क्लिक' वर उपलब्ध असलेला पाहून मी स्तिमित होतो. खरं तर माझा अभियांत्रिकी आणि विज्ञानाशी अगदी जवळचा संबंध असल्यामुळे तंत्रज्ञानाची ही घोडदौड पाहून मला नवल वाटण्याचं कारण नाही. पण सुमारे सत्तर वर्षांपूर्वी दक्षिण भारतातल्या एका छोट्याशा गावातलं जीवन आणि आपलं आजचं आयुष्य यांची तुलना करता मलासुद्धा आश्चर्याचा धक्का बसतो.

माझा जन्म १९३१ साली झाला. मी आठ वर्षांचा होतो, त्या दरम्यान दुसऱ्या जागतिक महायुद्धाला आरंभ झाला होता. ब्रिटनने नाझी जर्मनीविरुद्ध युद्ध पुकारलं होतं. आणि भारतीय कॉंग्रेसचा विरोध असूनही, भारत ही ब्रिटिश वसाहत असल्यामुळे भारत युद्धात सहभागी झाला होता. भारतीय सैनिक विक्रमी संख्येत जगभरात विविध युद्धक्षेत्रांत

तैनात होते. तथापि त्यामुळे दैनंदिन जीवनात सुरुवातीच्या काळात तरी तसा काही फरक पडला नव्हता. विशेषत: देशाच्या दक्षिण टोकाला असलेल्या आम्हा गावकऱ्यांच्या जीवनात तर नक्कीच नाही.

१९४०च्या आसपास रामेश्वरम या संथ-शांत गावात यात्रेकरूंच्या येण्यामुळे चैतन्य असायचं. इथले बहुतेकसे रहिवासी व्यापारी होते अथवा छोटे व्यावसायिक. आमच्या गावात मशीद होती, चर्चही होतं! पण गावावर अधिसत्ता होती, मंदिराची! गावकरी शांतपणे जीवन व्यतीत करत असत. कोणत्याही गावात अथवा खेड्यात सर्वसामान्यपणे जेवढी भांडणं-बाचाबाची होत असते, तेवढं वगळता फार ठळक असं काही घडत नसे.

त्या दरम्यान गावाबाहेरच्या जगातल्या घडामोडी कळण्याचा एकमात्र स्रोत म्हणजे वृत्तपत्र! माझा चुलतभाऊ – समसुद्दिन वृत्तपत्र वितरणाची एजन्सी चालवत असे. जलालुद्दिनप्रमाणेच त्याचाही माझ्या आयुष्याच्या आरंभीच्या टप्पावर मोठा प्रभाव होता. समसुद्दिनला लिहिता-वाचता येत होतं, पण त्याचं फारसं शिक्षण झालेलं नव्हतं किंवा त्यानं फारसं जगही पहिलेलं नव्हतं. पण त्याला माझ्याबद्दल अत्यंत प्रेम असल्यामुळे तो मला अनेक पद्धतीने प्रोत्साहन देत असायचा. तो माझ्यासाठी जणू मार्गदर्शक दीप बनला होता. या दोघांनाही माझ्या मनातले... अगदी खोल विचार आणि भावना मी सांगण्याआधीच समजत असत. माझ्या दृष्टीने या दोन अशा मोठ्या व्यक्ती होत्या; ज्या त्यांच्या दैनंदिन आयुष्याच्या व व्यवसायाच्या एवढ्याशा परिघाबाहेर जाऊन बाहेरचं भव्य जग पाहू शकत होत्या.

'समसुद्दिन वृत्तपत्र वितरण एजन्सी'ही आमच्या गावातली

एकमेव एजन्सी होती. आमच्या गावात साधारण हजार लोक साक्षर होते. तो त्या सगळ्यांकडे वृत्तपत्रं टाकत असे. त्या दरम्यान स्वातंत्र्यचळवळ उत्तरोत्तर प्रखर होत होती. त्याबद्दलच्या बातम्या वृत्तपत्रांत येत असत. या बातम्या सर्वत्र अतिशय आवडीने वाचल्या व चर्चिल्या जात असत. त्याचबरोबर हिटलर व नाझी सैन्याच्या युद्धविषयक बातम्याही असत. त्या जोडीला ज्योतिष अथवा सोन्याचांदीचे भाव अशा इतर बातम्याही असत. त्याही औत्सुक्याने चर्चिल्या जात असत. या सगळ्या वृत्तपत्रांपैकी 'दिनमणी' हे तमिळ वृत्तपत्र सर्वांत लोकप्रिय होतं.

ही वृत्तपत्रं रामेश्वरमला ज्या पद्धतीने यायची तेही मोठं विलक्षण होतं. ही वृत्तपत्रं पहाटे रेल्वेने यायची. ती रामेश्वरम स्टेशनवर उतरवली जायची. तिथून ती घेऊन, मग ती सर्व ग्राहकांपर्यंत पोहोचवली जायची. हे सगळं काम समसुद्दिन अगदी लीलया सांभाळत असे.

दुसऱ्या जागतिक महायुद्धाचा भडका उडाल्यानंतर त्याची झळ आम्हाला लागलीच. त्याचा माझ्या आयुष्यावर आणि वृत्तपत्र वितरण व्यवसायावर खूप विचित्र आणि वेगळाच परिणाम झाला.

ब्रिटिश सरकारने मालावर अनेक निर्बंध आणि शिधावाटपाचे नियम लादले होते. देशात एक प्रकारची आणीबाणी असल्यासारखी परिस्थिती होती. आमच्या मोठ्या कुटुंबाला या सगळ्याची फारच झळ बसली. अन्न, वस्त्र, घरातल्या मुलांच्या गरजा हे सगळं भागवणं अवघड झालं होतं. आमच्या घरात आम्ही पाच मुलं-मुली, शिवाय आमची चुलत कुटुंबं असा मोठा परिवार होता. माझी आजी आणि आई काडी-काडी करून, प्रचंड आटापिटा करून घरात

सगळ्यांना खाऊ-पिऊ घालणं, त्यांना कपडालत्ता पुरवणं, त्यांचं आरोग्य जपणं यासाठी राबत असायच्या.

अशा प्रकारे युद्धाच्या झळा आमच्यापर्यंत पोहोचू लागल्या तेव्हा समसुद्दिनने एक प्रस्ताव मांडला, ज्याचा मला अतिशय आनंद झाला होता. मी अगदी रोमांचित झालो होतो. त्यावेळच्या परिस्थितीमुळे रेल्वेचा रामेश्वरम थांबा बंद झाला होता. आता आमच्या वृत्तपत्रांचं काय करायचं हा प्रश्न होता. ते गठ्ठे कुठून घ्यायचे आणि गावात कसे वाटायचे... सगळीच अडचण झाली होती. पण समसुद्दिनने त्यातून मार्ग काढला. वृत्तपत्रांचे मोठे गठ्ठे तयार ठेवले जायचे. रामेश्वरम ते धनुश्कोडी या दरम्यान रेल्वेचा वेग कमी झाला की, ते गठ्ठे फलाटावर फेकले जायचे, या सगळ्यात माझा प्रवेश या टप्प्यावर होणार होता. समसुद्दिनने माझ्याकडे धावत्या रेल्वेतून फेकलेले हे गठ्ठे घेऊन, गावात वृत्तपत्र घरोघरी टाकण्याचं मस्त काम सोपवलं!

माझ्या उत्साहाला सीमा नव्हती. त्या वेळी मी अवघा आठ वर्षांचा होतो, पण मी घरच्यांना अर्थपूर्ण रीतीने हातभार लावणार होतो! बऱ्याच दिवसांपासून माझ्या लक्षात आलं होतं की, आम्हा सगळ्यांना पोटभर खाऊ घालताना, आई आणि आजीच्या पानातलं अन्न कमी-कमी होत चाललं होतं. घरातल्या मुलांना सर्वांत आधी पोटभर खाऊ घातलं जायचं. आम्ही कुणी कधी भुकेलं राहिल्याचं मला आठवत नाही. पण त्यासाठी या स्त्रिया स्वत:चा घास आम्हाला देऊन स्वत: भूक मारत होत्या. त्यामुळे समसुद्दिनच्या प्रस्तावावर मी उडीच घेतली.

पण या नव्या जबाबदारीमुळे मी दिनक्रमाच्या नियमित चौकटीत बांधला गेलो. मला शाळा-अभ्यास या गोष्टी

आधीसारख्याच सुरू ठेवाव्या लागणार होत्या आणि या सगळ्यातच वृत्तपत्रं टाकण्याचं कामही बसवावं लागणार होतं. माझ्या सगळ्या सख्ख्या-चुलत भावंडांत माझं गणित चांगलं होतं. त्यामुळे माझ्या वडिलांनी आमच्या गणिताच्या शिक्षकांकडे मला शिकवणी लावली होती. माझ्या या गणिताच्या शिक्षकांची एक अट होती – ते आम्हा पाच विद्यार्थ्यांची शिकवणी घ्यायचे. आम्ही सर्वांनी पहाटे अंघोळ करून त्यांच्या घरी पोहोचायचं, अशी त्यांची शिस्त होती. त्यामुळे या शिकवणीच्या संपूर्ण वर्षात माझा दिवस खूप लवकर सुरू व्हायचा. बाहेर अजून अंधार असतानाच माझी आई मला अक्षरश: हलवून जागं करायची. ती तर माझ्या आधीच उठून माझ्या अंघोळीची तयारी करायची. मग ती मला अंघोळ घालून शिकवणीला पाठवायची. तिथं तासभर अभ्यास करून मी पहाटे पाच वाजता घरी परत यायचो – तोवर माझे वडील आवरून तयार असायचे. ते मला कुरआन शरीफ शिकायला जवळच्या अरेबिक शाळेत न्यायचे.

तिथं कुरआन शरीफ पठाणाचा तास झाला की, मी रेल्वे स्टेशनच्या दिशेने सुसाट धावत जायचो. तिथं मी या पायावरून त्या पायावर उभं राहत, डोळे आणि कान दक्ष ठेवून रेल्वे येण्याची वाट पाहात थांबायचो. आश्चर्य म्हणजे त्या काळी आत्तासारखं नव्हतं; मद्रास-धनुश्कोडी मेल क्वचितच उशिरा यायची!

मग काही वेळातच दूरवर इंजिनाचा धूर दिसू लागायचा. रेल्वेचा भोंगा शांतता चिरत गर्जायचा आणि रेल्वे स्टेशन पार करून पुढे जायची. रेल्वेतून फेकले जाणारे गठ्ठे अचूक टिपण्यासाठी मी एक छान जागा शोधून काढली होती. अगदी घड्याळाच्या ठोक्याला, वृत्तपत्रांचे गठ्ठे फलाटावर

येऊन पडायचे. धुराचे निःश्वास सोडत रेल्वे पुढे निघायची, त्या वेळी समसुद्दिनचा माणूस रेल्वेतून मला हात करायचा. रेल्वेचा आवाज मंदावत जायचा... तेव्हा माझं काम सुरू व्हायचं.

मी ते गठ्ठे घ्यायचो. त्याची विभागणी करायचो. कुठं कुठलं वृत्तपत्रं टाकायचं त्यानुसार गठ्ठे लावून घ्यायचो आणि मग ती वृत्तपत्रं रामेश्वरममध्ये सगळीकडे टाकायचो. या कामात माझा तासभर जात असे. लवकरच मला कोण व्यक्ती कुठला पेपर वाचते हे ठाऊक झालं होतं. मी त्यांना त्यावरूनच ओळखू लागलो. बरेच जण माझ्या येण्याची वाट पाहत असत, नेहमी आपुलकीने चार शब्द बोलत असत. काही जण मला 'शाळेला उशीर होईल, लवकर घरी जा!' असं प्रेमाने बजावत असत. एक आठ वर्षांचा आनंदी मुलगा आपल्याकडे वृत्तपत्र घेऊन येतो, हे बऱ्याच जणांना छान वाटायचं.

आमचं गाव पूर्व किनारपट्टीवर असल्यामुळे सकाळी आठ वाजेपर्यंत माझं काम आवरायचं. त्या वेळी सूर्य चांगलाच तळपू लागलेला असे. मग मी घरी परत यायचो. आई नाश्ता तयार करून माझी वाट पाहत असायची. पदार्थ अगदी साधे असत, पण माझ्या पोटात भुकेचा आगडोंब उसळलेला असे! शाळेत जाण्याआधी मी सगळं पान स्वच्छ करतोय ना, याकडे आईचं लक्ष असे. ती मला पोटभर खाऊ घालत असे. पण माझी धावपळ संपलेली नसे.

सायंकाळी शाळा सुटल्यानंतर मी समसुद्दिनच्या ग्राहकांकडे पुन्हा वसुलीसाठी फेऱ्या मारत असे. मग मी समसुद्दिनला भेटून त्याला सगळा हिशोब देत असे.

मग आम्ही समुद्रकिनारी कुठंतरी बसायचो. वाऱ्याची मंद झुळूक अंगावर येत असायची. अखेर त्या वेळी जलालुद्दिन वा समसुद्दिन वृत्तपत्र उघडत असत. मग आम्ही मिळून 'दिनमणी'मधल्या काळ्या अक्षरांत बुडून जायचो. त्यांच्यातला एक जण बातम्या मोठ्याने वाचत असे... आणि आमच्यासमोर बाहेरचं जग हळूहळू उलगडत जात असे. गांधी, काँग्रेस, हिटलर, पेरियार ई. व्ही. रामस्वामी त्यांचे शब्द, त्यांची भूमिका-प्रतिपादन सायंकाळच्या वातावरणात भरून राहत असे. मी त्यातल्या फोटो व शब्दांवरून बोटं फिरवत असे. मनात यायचं, या सगळ्या लोकांबरोबर बाहेरच्या विशाल जगात राहण्याचा अनुभव कसा बरं असेल?... कदाचित एक दिवस आपणसुद्धा मद्रास, मुंबई, कलकत्ता अशा शहरांत जाऊ... माझ्या मनात विचार सुरू असत. आपण जर कधी गांधी व नेहरू अशा लोकांना भेटू शकलो, तर त्यांच्याशी काय बोलायचं?... माझी विचार शृंखला सवंगड्यांच्या हाकांनी भंगत असे, पाठोपाठ रात्रीच्या जेवणाची हाक यायची. शिवाय गृहपाठ पूर्ण करायचा असे... आठ वर्षांच्या मुलात तेवढीच ताकद असायची. रात्री नऊ वाजता मी गाढ झोपी जात असे. दुसऱ्या दिवशी आणखी अभ्यास आणि कष्ट वाढून ठेवलेले असत.

असा दिनक्रम जवळ-जवळ वर्षभर सुरू होता. वृत्तपत्र टाकण्याचं काम करत धावाधाव करताना त्या वर्षात माझी उंची वाढली आणि वर्णही शामल झाला. आता मला वृतपत्रांचा गठ्ठा घेऊन आपण वेगाने किती अंतर, किती वेळात पार करतो, हेही नेमकं कळलं होतं. त्यामुळे मी दररोज ठराविक ठिकाणी, ठराविक वेळी अचूक पोहोचत असे. ग्राहकांकडून किती पैसे यायचे आहेत, याचा हिशोब

मला मनातल्या मनात करता येत असे. ज्यांचे त्या दिवशीचे पैसे मिळणं बाकी आहे, त्यांची नावं मी घडाघडा सांगू शकत असे. या सगळ्यात मी सर्वांत महत्त्वाची गोष्ट शिकलो – ती म्हणजे 'कामकरी माणूस व्हायचं, तर काहीही घडो... कोणत्याही परिस्थितीत तुम्हाला दररोज सकाळी नव्या दिवसाला तोंड देण्यास सज्ज व्हावं लागतं.' गृहपाठ, शिकवणी, प्रार्थना सगळं सुरूच राहणार, पण मद्रास-धनुश्कोडी मेल काही माझ्यासाठी थांबणार नव्हती. मला ठराविक वेळी, ठराविक ठिकाणी उभं राहून रेल्वेतून येणारे गठ्ठे झेलावेच लागणार होते. एखादी जबाबदारी घेणं आणि काहीही झालं तरी समसुद्दिनला दिलेला शब्द पाळला जाईल हे पाहणं, या गोष्टींशी झालेली ही पहिली ओळख! तो काळ सर्वांत आनंददायी होता... मी त्यातला प्रत्येक क्षणन्क्षण आवडीने अनुभवला आहे. दररोज रात्रीपर्यंत मी अगदी शिणूण गेलेला असायचो तरीसुद्धा! या जादा कामामुळे माझी होणारी ओढाताण बघून आईचा जीव अगदी कळवळायचा. ती मला पुरे कर म्हणायची, पण मी नकारार्थी मान हलवून तिच्याकडे पाहून हसायचो. माझ्या मिळकतीचा आमच्या सर्वांनाच थोडाफार उपयोग होतो, हे मला कळत होतं. आणि मी वयाच्या आठव्या वर्षीच घरातल्या मिळवत्या माणसाची भूमिका स्वीकारल्याचा तिला मनोमन अभिमान आहे, हेही मला कळत होतं. त्यामुळेच मी हसतमुखाने वाटचाल करू शकलो.

तीन थोरांनी प्रश्न सोडवला...

**मा**झ्या बालपणीचं रामेश्वरम म्हणजे छोटंसं बेट होतं. तिथलं सर्वांत उंच स्थान म्हणजे 'गंधमदन पर्वतम्' ही टेकडी. तिथं उभं राहून आजूबाजूला पसरलेल्या संपूर्ण रामेश्वरमचा देखावा दिसत असे... सगळीकडे डोलणारी हिरवीगार नारळाची झाडं. दूरवरचा समुद्र आणि आकाशाला भिडणारी रामनाथस्वामी मंदिराची भव्य गोपुरं. त्या वेळी हे गाव अगदी शांत होतं. तिथले लोक मासेमारी किंवा नारळाच्या बागांवर गुजराण करत असत, शिवाय मंदिरामुळे पर्यटनाद्वारेही मिळकत होत असे. अनेक भारतीय लोकांचं 'रामेश्वरम' हे अत्यंत पवित्र तीर्थक्षेत्र आहे. त्यामुळे गावात नेहमी यात्रेकरू व पर्यटकांची खूप गजबज असे.

या छोट्याशा वस्तीत बहुतेकशी हिंदूंची घरं होती आणि थोडेफार आमच्यासारखे मुस्लीम व ख्रिश्चनही होते. हे सर्व समाज अतिशय सुखासमाधानाने शेजारी राहत असत. आमच्या गावात बाह्य जगातल्या मतभेदांचं व स्थित्यंतरांचं वारं शिरलेलं नव्हतं. दररोज वृत्तपत्रांतून बाहेर सगळीकडे घडणारी उलथापालथ, कुठेतरी आखल्या जाणाऱ्या जातीय सीमा रेषांच्या चुकीच्या बातम्या येत असत, पण आमच्या गावात मात्र जुनी संथ गती कायम होती.

हा शांत सुसंवाद पिढ्यान्‌पिढ्या जसाच्या तसा आहे. आमचे वडील आम्हाला आमच्या खापरपणजोबांनी एकदा रामनाथस्वामी मंदिरातली मूर्ती कशी वाचवली होती, याची कहाणी सांगायचे... एकदा कुठल्यातरी सणाच्या दिवशी 'विग्रह' म्हणजेच ती मूर्ती गाभाऱ्यातून बाहेर आणली जायची आणि मंदिर परिसरात मिरवणुकीतून प्रदक्षिणा व्हायची. मंदिर परिसरात असलेल्या अनेक कुंडांच्या भोवतीने ही मिरवणूक जायची. असंच एकदा या मिरवणुकीदरम्यान काय झालं नेमकं कुणालाच नीट आठवत नाही, पण 'विग्रह' म्हणजेच ती मूर्ती कुंडात पडली. केवढा मोठा अनर्थ! लोक भीतीने जागीच थिजले... आता देवाचा काय कोप होतोय, या भयाने व्याकूळ झाले. मात्र एक व्यक्ती सावधचित्त होती, ते म्हणजे माझे खापरपणजोबा. त्यांनी तत्क्षणी कुंडात उडी घेतली आणि क्षणार्धात ती मूर्ती पाण्याबाहेर काढली. मुखय पुजारी आणि मंदिरातल्या इतर पुजाऱ्यांना त्यांच्याबद्दल प्रचंड कृतज्ञता वाटली. होय! ते मुस्लीम होते. ज्या व्यक्तीला मंदिरातील सर्वांत पवित्र गोष्टीला स्पर्श करण्याचा अधिकार, त्याने स्पर्श केल्यामुळे जात-पात व धर्म असं सोवळंओवळं मानणाऱ्यांना धडकीच भरली असती, पण असं काहीही झालं नाही. उलट माझ्या खापरपणजोबांना अगदी 'हीरो'सारखं वागवण्यात आलं. त्यानंतर पुढे त्यांना या उत्सवात मंदिरातर्फे 'मुदल मरयादाई' देण्यात येईल, अशी घोषणा मंदिरातर्फे करण्यात आली.

हा सन्मान अगदी क्वचितच मिळत असे, त्यातून दुसऱ्या धर्मातल्या व्यक्तीला मिळणं तर अशक्यच! यानंतर दर उत्सवात मंदिरात प्रथम माझ्या खापरपणजोबांना 'मरयादाई' देऊन त्यांचा सन्मान होत असे. ही परंपरा वर्षानुवर्षं चालत

आली आणि माझ्या वडिलांनाही हा सन्मान मिळू लागला.

नंतरच्या काळातही हा सुसंवाद तसाच टिकून होता. माझे वडील यात्रेकरूंसाठी धनुश्कोडीपर्यंत नावेच्या फेऱ्या करत असत. मंदिरसुद्धा आमची नाव वापरत असे.

माझे वडील रामेश्वरममधील मशिदीचे इमाम होते. ते अत्यंत धर्मपरायण होते. त्यांची कुरआनवर असीम श्रद्धा होती. चांगल्या मुस्लीम व्यक्तीच्या सगळ्या सवयी त्यांनी आम्हा मुलांमध्ये आणि आमच्या संपूर्ण कुटुंबामध्ये रुजवल्या. आमच्या गावातल्या लोकांच्या लेखी ते तत्त्वज्ञ होते, मार्गदर्शक होते... आध्यात्मिक असो वा इतर कोणत्याही गोष्टी आपण ज्याच्याकडे आपली कोणतीही समस्या घेऊन जाऊ शकतो, अशी ही व्यक्ती होती.

त्यांचे एक अगदी जवळचे मित्र पक्षी लक्ष्मण शास्त्री रामनाथस्वामी मंदिराचे पुजारी होते. शास्त्रीजी केवळ पुजारीच नव्हते! ते अत्यंत विद्वान, वेदशास्त्रसंपन्न होते. मला आजही त्यांचा चेहरा स्पष्ट आठवतो. त्यांच्या अंगावर सोवळं आणि उपरणं असा पारंपरिक पोशाख असे. त्यांच्या माथ्यावर ब्राह्मणांचं अधिकारप्राप्त 'कुडुमी' असे. ते अतिशय प्रेमळ आणि सहृदय होते.

आमच्या एवढ्याशा गावातल्या छोट्याशा वस्तीच्या आध्यात्मिक जीवनात आणखी एक व्यक्ती तितकीच महत्त्वाची होती, ती व्यक्ती म्हणजे फादर बोदाल. गावातल्या एकमात्र चर्चचे धर्मगुरू. माझे वडील आणि शास्त्रीजी रामेश्वरममधील लोकांच्या कल्याणासाठी जसे झटत असायचे तसेच फादर बोदालही. हे तिघंही गावात शांती आणि सलोखा राखण्यासाठी प्रयत्नशील असत.

या तीनही विद्वज्जनांच्या स्मृती माझ्या मनावर कोरल्या गेल्या आहेत. आजही हे तिघं माझ्या डोळ्यांसमोर येतात – एक डोक्याला पागोटं घातलेले इमामांच्या पोशाखातले, दुसरे सोवळं नेसलेले आणि तिसरे सैल झगा घातलेले. ते दर शुक्रवारी दुपारी साडेचार वाजता भेटत असत आणि गावातल्या घडामोडी व धार्मिक बाबींवर चर्चा करत असत. काहीवेळा गावातले लोक एखादी समस्या घेऊन त्याचवेळी येत असत, त्या समस्येतून मग मार्ग काढला जात असे किंवा गावातल्या शांततेचा भंग होण्याजोगी एखादी गोष्ट आढळली, तर त्याबद्दल हे तिघं एकमेकांशी बोलत असत. परिस्थितीला काही निराळंच वळण लागण्याआधी ते विसंवाद दूर करण्याचे मार्ग शोधत किंवा कसल्याही दुष्ट अफवा पसरू नयेत, यासाठी प्रयत्न करत असत. शांतता कायम राहण्यासाठी सर्वांत मूलभूत गरज असते, ती समाजाच्या विविध घटकांमध्ये उत्तम संपर्क व सुसंवाद असण्याची! आणि या तीनही प्रमुखांनी हा सुसंवाद कायम राखला होता.

या तिघांची अनेक विषयांवर चर्चा होत असे – त्या दरम्यान संपूर्ण नवं वळण घेणारी स्वातंत्र्य चळवळ, राष्ट्रीय नेत्यांच्या आवाहनाकडे बघण्याचा ब्रिटिश सरकारचा दृष्टिकोन, या सगळ्याचा आमच्यावर होणारा परिणाम याबद्दल त्यांना खूप काळजी होती. हे तिघंही त्यांच्या भोवतीच्या समाजाला शांतता प्रस्थापित करत असत. त्यांच्याशी मोकळेपणे बोलायची प्रत्येकालाच संधी मिळत असे आणि ते सर्वांमध्ये सुसंवाद राखत असत.

माझ्या बालपणीच्या एका प्रसंगामुळे मला या वास्तवाची जाणीव झाली. त्या वेळी मी आठ वर्षांचा होतो. तिसरीत

शिकत होतो. त्या वेळी माझे जिवलग मित्र होते – रामनाधन शास्त्री, अरविंदन आणि शिवप्रकाशन. हे सगळे जण ब्राह्मण होते. रामनाधन तर पक्षी लक्ष्मण शास्त्रींचा मुलगा. आम्ही शाळकरी वयातले मित्र शाळेत व बाहेरही एकत्र असायचो. सगळ्या जिवलग मित्रांप्रमाणेच आमचाही दिवस एकमेकांवाचून अपूर्ण वाटत असे. एखाद्या दिवशी यातला एक कुणी हजर नसला किंवा त्या वयाच्या मुलांसाठी महत्त्वाच्या असलेल्या बारीकसारीक गोष्टी एकमेकांना सांगता आल्या नाहीत, तर आम्हाला अतिशय चुकल्या-चुकल्यासारखं होत असे. वर्गातसुद्धा आम्ही जवळ-जवळ बसत असू. रामनाधन आणि मी तर एका बाकावर बसत असू.

यातला मुख्य भाग सांगण्याआधी मी माझ्या शाळेबद्दल थोडं सांगतो. त्या निरागस, खोडकर आणि शिकण्याच्या काळातल्या अतिशय सुंदर स्मृती माझ्या त्या शाळेशी जोडलेल्या आहेत. आमच्या शाळेचं नाव होतं, 'रामेश्वरम पंचायत प्राथमिक शाळा.' मी सन १९३६ ते १९४४ या दरम्यान त्या शाळेत होतो. आमची शाळा समुद्रकिनाऱ्याजवळ होती. शाळेची इमारत मजबूत वगैरे नव्हतीच! शाळेच्या काही भागात विटांचं बांधकाम होतं, पण छप्पर गवताचं होतं. त्या काळी रामेश्वरममध्ये ही एकमेव शाळा होती. त्यामुळे गावातली सगळी मुलं याच शाळेत शिकत असत. शाळेत आम्ही चारशे मुलं-मुली होतो. हे नक्की की, आमच्या शाळेची इमारत आकर्षक नव्हती, तिथं सोयीसुविधा अपुऱ्या होत्या, पण तरीही ती खूप छान होती... खूपच छान! मुलांना शिक्षक आवडत असत, विशेषतः इतिहास, भूगोल व विज्ञानाचे. याचं कारण काय असेल?

कारण त्यांना शिकवायला आवडत असे आणि प्रत्येकाने

अभ्यासात उत्तम कामगिरी केली पाहिजे, यावर त्यांचा कटाक्ष असे. प्रत्येक वर्गातल्या प्रत्येकी पंचावन्न मुलांकडे सारखंच लक्ष देणं, हे काही सोपं काम नव्हतं. आम्ही केवळ परीक्षेत चांगले गुण मिळवण्यासाठी अभ्यास करू नये, तर ते शिकवत असलेल्या विषयाची आम्हाला गोडी लागावी, अशी त्यांची इच्छा असे. या विशुद्ध भावनेचं तेज आमच्या शिक्षकांच्या चेहऱ्यावर विलसत असे.

एखाद्या दिवशी वर्गात एखादा मुलगा गैरहजर असेल, तर हे शिक्षक त्या मुलाच्या आई-वडिलांना भेटून त्याची चौकशी करत. त्याने शाळेत न येण्याचं कारण विचारत असत. आमच्यापैकी एखाद्याने चांगले गुण मिळवले की, आमचे शिक्षक सगळ्यात आधी आमच्या घरी येऊन आमच्या आई-वडिलांना ही बातमी देत असत. माझी शाळा म्हणजे आनंदतीर्थ होतं. आम्ही सर्व जण त्या शाळेत आठवीपर्यंत शिकलो. मला शाळेतून एकही विद्यार्थी गळल्याचं आठवत नाही. आज जेव्हा मी संपूर्ण देशभरात लहान-मोठ्या शाळांना भेटी देतो, त्या वेळी मी त्यांना आवर्जून सांगतो की, मोठमोठ्या इमारती, अलिशान सोयीसुविधा किंवा भपकेबाज जाहिराती करून खरीखुरी गुणवत्ता सिद्ध करता येत नाही. जेव्हा शिक्षणाला थोर शिक्षकांच्या प्रेमाची जोड लाभते, तेव्हाच हे घडू शकतं.

आता पुन्हा माझ्या त्या दिवसांकडे वळतो. मी लहान होतो, तेव्हा आम्हाला शाळेत गणवेश नव्हता. आम्हाला आपापल्या धर्मानुसार कोणताही पारंपरिक पोशाख परिधान करण्याची मोकळीक होती. माझा मित्र – रामनाधन त्याच्या वडिलांप्रमाणेच 'कुडुमी' घालायचा. (पुढे मोठेपणी तोही

त्याच्या वडिलांप्रमाणेच मंदिराचा पुजारी झाला.) मी गावातल्या बाकीच्या सगळ्या मुस्लीम मुलांसारखाच विणलेली छोटी माथ्याबरोबर बसणारी टोपी घालून शाळेत जायचो. आमच्यापैकी कुणाच्याही हे कधी लक्षात आलं नव्हतं किंवा त्याबद्दल कुणी काही बोललं नव्हतं.

आम्ही तिसरीत गेलो, त्या वेळी आमच्या शाळेत एक नवीन शिक्षक आले. आम्ही अगदी थरारून गेलो होतो. आमच्या त्या एवढ्याशा वर्तुळात ही अगदी थरारून जाण्याजोगी व चर्चेची गोष्ट होती. आपले नवे गुरुजी कसे असतील याबद्दल आम्ही विद्यार्थी उत्सुकतेने अंदाज बांधत होतो. कसे असतील ते, कडक की प्रेमळ? शीघ्रकोपी की शांत? ते कधी येतात आणि आम्हाला शिकवतात असं आम्हाला झालं होतं. ते पहिल्यांदा आमच्या वर्गात आले, तेव्हा तर आमची उत्सुकता शिगेला पोहोचलेली होती.

हे गुरुजीसुद्धा हिंदू होते; ब्राह्मण! वर्गात पाऊल ठेवल्याबरोबर त्यांनी वर्गात आमच्याकडे आम्हाला जोखत असल्यासारखा कटाक्ष टाकला... बहुधा ते आमचे विभिन्न पोशाख पाहत असावेत. आज हा प्रसंग आठवतो तेव्हा मला वाटतं की, ते आम्हा मुलांच्या डोळ्यातली चमक आणि स्मिताचे उत्सुक गुलाब पाहायला मुकले... मी जेव्हा एखाद्या भरलेल्या वर्गासमोर जातो, तेव्हा माझं लक्ष सर्वांत आधी याकडेच जातं! पण आमचे नवे गुरुजी मात्र वर्गात आल्या-आल्या कामाला लागले. वर्गात आल्या-आल्या त्यांची नजर सर्वांत आधी रामनाधन व मी – आम्हा दोघांवर स्थिरावली. आम्ही वर्गातले हुशार... अगदी 'स्टार' विद्यार्थी. आम्ही कायम शिकायला उत्सुक असायचो, सगळ्या गोष्टींत हिरीरीने भाग घ्यायचो. गुरुजींची नजर रामनाधनच्या 'कुडुमी'कडे

आणि माझ्या डोक्यावरच्या टोपीकडे वळली. तेव्हा त्यांच्या चेहऱ्यावरचे भाव बदलले होते... त्यात 'विश्वास बसत नाहीये' अशी छटाही तरळली होती. काहीही न बोलता, त्यांनी मला नाव विचारलं. मी नाव सांगताच त्यांनी मला दप्तर घेऊन मागच्या ओळीत जा, असं फर्मावलं! काय कारण त्यांनाच ठाऊक!

मला अतिशय वाईट वाटलं, अपमानास्पदही वाटलं. असं का झालं, ते मला कळत नव्हतं. रामनाधनच्या डोळ्यांत अश्रू दाटले होते. मी वह्या-पुस्तकं गोळा करून माझं दप्तर गुंडाळून त्याच्याजवळून उठून दूर गेलो, तेव्हा अश्रूंनी डबडबलेले त्याचे टपोरे डोळे मला आजही आठवतात.

पण आम्ही हे मुकाट्याने गिळणार नव्हतो. मी त्याच दिवशी ही गोष्ट माझ्या वडिलांच्या कानावर घातली. रामनाधननेही त्याच्या वडिलांना झाला प्रकार सांगितला. दोघंही हे ऐकून अस्वस्थ झाले. त्यांना धक्का बसला होता. ते आजवर जे काम करत आले होते, त्याच्या नेमकं उलट घडत होतं. ज्या शिक्षकांनी आम्हाला ज्ञान द्यायचं, आमच्या मनाची कवाडं खुली करायची, तेच त्याच्या नेमकं उलट करत होते. माझे वडील आणि शास्त्रीजी ही दोघं अतिशय सौम्य माणसं इतकी संतप्त झालेले आम्ही क्वचितच पाहिली असतील. त्या दोघांनीही एकमेकांशी याबद्दल बोलून या घटनेचे तपशील जाणून खातरी करून घेतली.

त्यानंतर ते शुक्रवारी सायंकाळी नेहमीप्रमाणे भेटले. त्या वेळी फादर बोदालही हजर होते. त्या गुरुजींना निरोप पाठवून बोलावून घेतलं गेलं. अंधाराच्या सावल्या गडद होऊ लागल्या होत्या. त्या वातावरणात माझे वडील व

शास्त्रीजी यांनी त्यांना अगदी स्पष्ट शब्दांत निक्षून सांगितलं की, 'धार्मिक विभागणीच्या दु:खद प्रकारांनी देशाच्या इतर भागांत एकतेला तडा जात आहे, तसा प्रकार इथं चालणार नाही. आम्ही आमच्या मुलांमध्ये अशा प्रकारे फूट पडून देणार नाही, सगळ्यांना मिळून-मिसळून राहण्याऐवजी जर कुणी धर्माच्या नावाखाली फूट पाडणार असेल, तर ते आम्ही सहन करणार नाही. वयाने सर्वांत लहान असणाऱ्या समाज घटकाच्या म्हणजे आम्हा मुलांच्या मनात आम्ही कधी या भावनेची लागण होऊ देणार नाही.'

हे सगळं त्यांनी आमच्या गुरुजींना अतिशय सौम्य, सौजन्यपूर्ण रीतीने, त्यांचा आदर राखून सांगितलं. 'तुम्ही स्वत:ला देशाचं भविष्य ज्याच्या हाती विश्वासाने सोपवावं अशी ज्ञानसंपन्न व्यक्ती म्हणून पाहू इच्छिता ना?' असा प्रश्न त्यांनी गुरुजींना विचारला.

त्यावर आमचे गुरुजी मूकपणे उभे होते... विचारात पडले होते.

अखेर ते बोलू लागले... त्यांनी मान्य केलं, 'मी या दोन मुलांना वेगळं करण्याचा प्रयत्न केला.'

'...आणि याचे काय परिणाम होतील, या गोष्टीचा मी विचार केला नाही,' हेही सांगितलं

त्यांनी त्यांच्या आवतीभोवती कायम अशीच समाजरचना पाहिली होती आणि ते अगदी आंधळेपणाने प्रचलित पद्धतीचे अनुकरण करत होते. यापेक्षा काही वेगळं असू शकतं, हे कुणी त्यांना कधी शिकवलंच नव्हतं किंवा असा भेदाभेद किती निरर्थक असतो, हेही कधी त्यांना सांगितलं नव्हतं. त्यांनी ही चूक दुसऱ्या दिवशी सुधारण्याचं कबूल केलं आणि त्याप्रमाणे त्यांनी केलंही.

तीन धर्मांतल्या या ज्येष्ठ व्यक्तींनी हा विषय ठामपणे व मोकळ्या मनाने कशा पद्धतीने सोडवला होता, याचा मी प्रत्यक्ष अनुभव घेतला. त्यांनी हा प्रश्न वाढू न देता, चिघळू न देता सोडवला... पुढे मला कळलं की, हे उत्तम व्यवस्थापनाचं मूलतत्त्व असतं.

माझ्या जडणघडणीला हाच विचार सर्वप्रथम कारणीभूत ठरला की : आपला आंतरिक विश्वास आणि दृढ श्रद्धा याद्वारे आपल्या कृतीला नेहमी दिशा मिळाली पाहिजे. बाह्यशक्ती, मोह-प्रलोभने आणि निरनिराळे सल्ले आपल्या मनात नेहमी खळबळ माजवत असतात, पण आपल्यापैकी ज्या व्यक्ती योग्यायोग्यता स्वत:च्या सदसद्विवेकबुद्धीला स्मरून ठरवतात व त्यानुसार वागतात त्यांनाच अखेर शांती लाभते. स्वत:च्या मतावर ठाम श्रद्धा असलेल्या अशा व्यक्तींची आपल्या देशाला गरज आहे. अशा व्यक्तींना कोणत्याही दुष्ट हेतूंनी मार्गभ्रष्ट करता येत नाही.

माझ्या धर्माबद्दल सांगायचं तर, मी रामेश्वरमपासून माझं भाग्य जिथं नेईल, तिथं जात राहिलो. तिथून मी विज्ञान व तंत्रज्ञान जगतात पोहोचलो. मी कायमच विज्ञाननिष्ठ होतो, पण माझ्या बालपणातलं आध्यात्मिक वातावरण कायम माझ्या अस्तित्वासोबत राहिलं आहे. मला यासंदर्भातील विविध दृष्टिकोन माहीत आहेत; विशेषत: 'देव' या संकल्पनेबद्दलचे! मी कुरआन, गीता, पवित्र बायबल असे विविध धार्मिक ग्रंथ वाचून त्यातलं ज्ञान आत्मसात केलं आहे. या साऱ्यामुळे विविध परंपरांचा सर्वोत्तम मिलाफ असलेल्या या अपूर्व भूमीचा मी एक सुपूत्र बनलो.

जर मला विचारलं गेलं की, 'मुस्लीम म्हणून या देशात राहताना तुम्हाला काय वाटतं, तर मी ज्या लोकांच्या

सहवासात वाढलो त्यांच्याकडे निर्देश करीन – माझे वडील, शास्त्रीजी आणि फादर बोदाल... पुढे मला त्यांच्यासारखेच अनेक जण भेटले; या सर्वांनी आपल्या देशातील धर्म आणि नैतिक मूल्यं टिकवून ठेवली आहेत. ज्या देशाचं आपण बहुधर्मिक, बहुसांस्कृतिक असं सार्थ वर्णन करू शकतो, जिथं आपल्यापैकी प्रत्येकाला खुला श्वास घ्यायला अवकाश मिळतं, अशा देशाच्या जडणघडणीत या सर्वांनी आपापल्या परीने योगदान दिलं आहे. आज आपल्यासमोर खूप गहन प्रश्न नित्य उभे राहत आहेत, मतभेदांची दरी निर्माण केली जात आहे हे खरं आहे! पण जर भावी पिढ्यांनी खूप-खूप वर्षांपूर्वीचे माझे खापरपणजोबा, रामेश्वरममधले तेव्हाचे इमाम व पुजारी यांच्या कहाण्या स्मरणात ठेवल्या, तर आपण टिकून राहू. आणि धर्मनिरपेक्ष लोकशाहीचा सदैव उत्कर्ष होत राहील, याची मला खातरी आहे!'

# माझी आई आणि बहीण

**ब**ऱ्याच वर्षांपूर्वी मी 'माझी आई' ही कविता लिहिली होती. त्या कवितेची सुरुवात अशी होती :

सागराच्या लाटा, सोनेरी वाळू,
यात्रेकरूंची श्रद्धा,
रामेश्वरममधला मशीद मार्ग...
हे सगळं एका ठिकाणी विलीन होतं...
ते तीर्थ म्हणजे, माझी आई!

आज मी भूतकाळात डोकावतो, तेव्हा मला माझ्या जडणघडणीचा काळ आठवतो, त्या आठवणींमध्ये रामेश्वरम व्यापून राहिलं आहे. आणि माझ्या तेव्हाच्या आयुष्यात केंद्रस्थानी असलेल्या दोन व्यक्ती म्हणजे, माझे आई-वडील! आमचं कुटुंब मध्यमवर्गीय होतं. माझे वडील मशिदीचे इमाम होते आणि त्यांचा छोटासा व्यवसाय होता. माझी आई, आशिअम्मा – तिच्या माहेरी कुणाला तरी कधीकाळी ब्रिटिशांची 'बहादूर' पदवी मिळाली होती.

ती अतिशय शांत, साधी आणि धर्मपरायण होती. माझ्या वडिलांसारखीच तिचीही मुस्लीम धर्मावर असीम श्रद्धा होती. तिचा विचार मनात आला की, डोळ्यांसमोर

येतं, ते तिचं दिवसातून पाच वेळा लवून नमाज पढणारं रूप...! तिच्या चेहऱ्यावरचा तो आत्यंतिक भक्तिभाव आणि शांती. आमच्या इतक्या मोठ्या कुटुंबाची सगळी उस्तवार तिलाच करावी लागत असे. त्यातच तिची बहुतेक सगळी शक्ती खर्च होत असे. आमच्या घरात आम्ही भावंडं, माझे आजी-आजोबा, काका... सगळे एकत्र राहत असू. या सगळ्यांना खाऊपिऊ घालणं, हे जिकिरीचंच काम होतं. सगळ्यांना सगळं मुबलक मिळण्याचे दिवस नव्हते ते; निदान आमच्यासाठी तरी! माझ्या वडिलांना नारळबागा आणि नावेच्या फेऱ्या यातून चांगली मिळकत होत असे, पण त्यातून आमच्या घराचा खर्च जेमतेम भागत असे. बाकी त्यातून सुखसोयींचे लाड वगैरे पुरवले जाण्याचा प्रश्नच नव्हता.

अशा परिस्थितीत माझी आई माझ्या वडिलांची अगदी आदर्श सहधर्मचारिणी होती. ती पै-पै वाचवत, अगदी काटकसरीने संसार करायची, पण आमच्या या परिस्थितीबद्दल तिच्या चेहऱ्यावर कधी वैतागाची किंवा त्रागाची रेषसुद्धा उमटली नाही. आमच्या घरात दररोज फक्त घरच्यांना खाऊ-पिऊ घालणं, त्यांची काळजी घेणं एवढंच काम नव्हतं, तर आमच्या घरी बरेच पाहुणेही येत असत. त्यांनाही आग्रहाने जेवायला थांबवून घेतलं जात असे. आता मी त्या काळाचा विचार करतो तेव्हा लक्षात येतं की, माझी आई घरातल्या लोकांसाठी जसा स्वयंपाक करायची, सगळ्यांसाठी राबायची, तसंच त्या आल्यागेल्यांसाठीही! त्यांची संख्याही जवळजवळ तेवढीच असायची. पण यात कधी काही कोणाला गैर वाटलं नाही, कधी कुणी काही तक्रार केली नाही किंवा

त्याबद्दल फारसा विचारही केला नाही. कोणे एकेकाळी भारतात आदरातिथ्याची संकल्पना ही अशी होती!

माझं बालपण अगदी सुखाचं, मायेच्या पंखांखाली सुरक्षित होतं. मी अगदी लहान होतो, तेव्हा मला स्वयंपाकघरात जमिनीवर आईबरोबर जेवायला बसलेलं आठवतंय. आम्ही केळीच्या पानावर जेवायचो. भात, रुचकर सांबार, घरी घातलेली लोणची आणि खोबऱ्याची चटणी हे आमचं मुख्य भोजन असे. तिचा साधाच स्वयंपाक अतिशय रुचकर असे. अगदी आजअखेर मला तिच्या हातच्या सांबारासारखं सांबार दुसरीकडे कुठं खायला मिळालेलं नाही... आंबटपणा आणि मसाल्यांची चव याचा उतम मेळ साधणारं सांबार तिनेच करावं! भोजनावरून मला माझ्या बालपणीची आणखी एक आठवण होते....

दुसऱ्या जागतिक महायुद्धादरम्यान धान्याचं रेशन सुरू झालं होतं. त्या काळात जवळपास सगळ्या गोष्टींची टंचाई होती. अशा परिस्थितीतून निभावून नेण्यासाठी माझी आई आणि आजी जीव तोडून प्रयत्न करत होत्या. उपलब्ध गोष्टींचा शक्य तितका वापर करत होत्या, जराही नासधूस होऊ देत नव्हत्या, काहीही वाया जाऊ देत नव्हत्या. मुलांना पोटभर जेऊ घालण्यासाठी स्वत:च्या पानातलं अन्न त्यांच्यासाठी राखून ठेवत होत्या. एके दिवशी, माझ्या आईने भाताऐवजी चपात्या केल्या होत्या. आई एकापाठोपाठ एक चपात्या लाटत होती अणि मी तिच्या शेजारी बसून गरमागरम चपात्या मजेत खात होतो. काहीही असलं तरी मी भुकेलेला लहान मुलगाच होतो. मी पोटभर जेवलो. माझं पान उचललं आणि हात धुवायला गेलो. त्या रात्री माझ्या थोरल्या भावाने

मला बाजूला बोलावलं आणि आयुष्यात पहिल्यांदाच तो मला रागावला.

"अब्दुल, तुला दिसत नाही का?" त्याने विचारलं.

सुरुवातीला मला तो कशाबद्दल रागावतोय तेच कळलं नाही. मी काही न कळून त्याच्याकडे पाहू लागलो. मग त्याने मला प्रेमाने समजावून सांगितलं.

"आपल्याला प्रत्येकी दोन-तीनच चपात्या वाटणीला येऊ शकतात, हे तुला कळतंय का? अम्मा तुला कधीच नाही म्हणणार नाही, पण तू खात राहिलास आणि ती तुला वाढत राहिली, त्यामुळे आज रात्री तिला उपाशीच झोपावं लागणार आहे. कारण तिला काही उरलंच नाहीये."

माझ्या प्रिय आईच्या बाबतीत असं काही घडल्यामुळे मला प्रचंड दुःख झालं. मला त्या क्षणी अतिशय लाज वाटली. अगदी नाजूक दिसणारी माझी आई, पण ती मला माहीत असलेली सर्वांत कणखर स्त्री होती. त्या क्षणी माझं काळीज तुटत होतं. मी आतल्या आत रडत होतो. मला कुणालाही तोंड दाखवण्याची लाज वाटत होती. या घटनेनंतर काही दिवस मी आईच्या नजरेला नजर देऊ शकलो नाही. त्याक्षणी मला धडा मिळाला... आपल्या आजूबाजूला लोकांच्या गरजांकडे कधीही दुर्लक्ष करायचं नाही! क्षणाचाही विचार न करता तिने तिच्या वाटणीच्या चपात्या माझ्या पानात वाढल्या होत्या... माझ्यावरच्या मायेमुळे! माझ्या भावाने हे वास्तव माझ्या लक्षात आणून दिल्यानंतर, इतरांना पुरेसं उरतंय ना – विशेषतः आई व आजीसाठी शिल्लक राहतंय ना, हे पाहिल्याखेरीज पुन्हा कधीही माझ्या घशाखाली घास उतरला नाही.

मला आमच्या गावापेक्षा मोठ्या, वेगळ्या ठिकाणी शिक्षणासाठी जायची इच्छा असल्यामुळे मी घरातून तसा खूप लवकर बाहेर पडलो. त्यामुळे माझ्या इतर मित्रांसारखं मला फार काळ 'आईचं बाळ' बनून राहता आलं नाही. पण तिचं औदार्य आणि तिचं मायेने काळजी घेणं, माझ्या हृदयात कायम जपून आहे.

मी आठ वर्षांचा होतो, तेव्हा दुसऱ्या जागतिक महायुद्धाच्या दरम्यान घरोघरी वृत्तपत्रं टाकण्याचं काम मी सुरू केलं होतंच. त्या वेळी माझा दिवस पहाट उजाडण्याआधीच सुरू होत असे... पहाटे शिकवणी मग कुरआन पठणाचा तास, त्यानंतर घरोघरी वृत्तपत्रं टाकण्याचं काम, त्यानंतर शाळा... संध्याकाळ टळून गेल्यावर मी घरी परत यायचो, तेव्हा दुसऱ्या दिवशीचा गृहपाठ करायचा असे. या सगळ्यात माझी आई पहाडासारखी माझ्या पाठीशी उभी होती. दररोज पहाटे ती माझ्या आधी उठायची, माझ्यासाठी अंघोळीचं पाणी काढून मग मला उठवायची. मग मला शिकवणीला पाठवायची. तास-दोन तासाने मी परत येण्याची वाट पाहात असायची. त्यानंतर मी वडिलांबरोबर पवित्र कुरआन पठणाचे धडे घेण्यासाठी अरेबिक स्कूलमध्ये जायचो. दिवसभर मला बाहेर ठिकठिकाणी फिरावं लागत असल्यामुळे, मला जेवणासाठी जेवढा वेळ मिळायचा त्या वेळेत मला आई तत्परतेने जेवायला वाढायची. मला पोटभर जेवण मिळावं, यासाठी बरेचदा ती तिच्या वाट्याचं मला द्यायची. एकदा मी तिला याबद्दल विचारलं तर ती फक्त हसली आणि म्हणाली,

"तुझं वाढतं वय आहे. दिवसभर तुला इतकं राबावं लागतं. आईने हे करायचंच असतं. माझी काळजी नको करू!"

संध्याकाळी मी दमूनभागून घरी परत यायचो तेव्हा भूक लागलेली असे. तेव्हासुद्धा हातपाय धुऊन दुसऱ्या दिवसाची तयारी करायला आई माझ्या मदतीला असायचीच.

आम्हा सर्व भावंडात आईजवळ झोपण्याचा मान नेहमी मला मिळायचा. मला आठवतंय, एकदा तिच्या मांडीवर डोकं टेकून पहुडलो असताना मला गाढ झोप लागली. आई हळुवार हातांनी माझ्या केसांवर, गालांवर थोपटत तशीच बसून राहिली होती. तिच्या स्पर्शाने माझा थकवा दूर पळून जात असे. त्या रात्री माझ्याही नकळत मनाच्या खोल तळातून अश्रू उसळून आले. मला ते रोखताच येईनात... माझ्या डोळ्यांतून ते वाहू लागले. माझे डोळे बंद होते, तरी अश्रू ओघळत होते. मी मुटकुळे करून झोपलो होतो. माझ्या दुमडलेल्या गुडघ्यांवरून ओघळत ते अश्रू आईच्या साडीत झिरपले. पण तिचा मायेने फिरणारा हात थांबला नाही. हे अश्रू कुठून येत आहेत, हे तिला नेमकं कळत होतं... अचानक मोठा माणूस होण्याचा प्रयत्न करणाऱ्या छोट्याशा मुलाच्या अती शिणण्यातून ते अश्रू उसळत होते. तिची बोटं हळुवारपणे माझ्या केसांतून फिरत होती... माझ्या मनावर फुंकर घालत, मला प्रेमाने थोपटत, मला समजून घेत....

भारताच्या दक्षिणेकडच्या एका छोट्याशा गावात जन्मलेल्या आणि तिथंच लहानाची मोठी झालेली ही एक साधी, सामान्य स्त्री आपल्या भूमीतल्या किंवा त्यापलीकडल्या भूमीतल्या कुठल्याही मातेसारखीच होती. ती उंबऱ्याबाहेर पडून गावातल्या प्रश्नांमध्ये भाग घेत नव्हती. आज आपण ज्या गोष्टींना करिअर म्हणतो तशा प्रकारचं तिचं करिअर नव्हतं. आपलं घर आणि कुटुंब हेच तिचं कार्यक्षेत्र होतं.

पण या परिघात तिने सर्वांची सेवा केली. आणि अगदी समर्पितवृत्तीने, नि:स्वार्थी भावनेने आणि निष्ठेने ईश्वराची भक्ती केली मी तिच्या आयुष्यातून एक धडा घेतला आहे, तो म्हणजे – तुमचं कार्यक्षेत्र कितीही मोठं असो वा लहान, या जन्मात तुमच्या नशिबात जे काम नेमून दिलं गेलं आहे, ते जबाबदारीने पार पाडणं, हे महत्त्वाचं!

माझ्या वडिलांना १०२ वर्षं आयुष्य लाभलं. ते गेले तेव्हा आमच्या कुटुंबात पंधरा नातवंडं आली होती. त्यांच्या मृत्यूचा माझ्या मनावर खोल आघात झाला आहे. ते गेले तेव्हा मी थुम्बामध्ये कार्यरत होतो. तिथून घरी येऊन खूप वेळ आईजवळ बसून राहिलो होतो. मला तिथून निघावं लागलं, तेव्हा मला आशीर्वाद देताना तिचा कंठ दाटून आला होता. त्या वेळी एसएलव्ही-३ अग्निबाण तयार करण्याची धांदल सुरू होती. माझं काम मला परत बोलवत होतं. पण आईने मला कधी चुकूनही 'जाऊ नकोस! थांब!' म्हटलं नाही. आता वाटतं, तेव्हा मी तिच्याजवळ थांबायला हवं होतं का? मी माझ्या कामाच्या व्यापात इतकं बुडून न जाता, संध्याछायेकडे झुकलेल्या आईसोबत आणखी काही काळ राहायला हवं होतं का?... जिच्याशी पुन्हा कधी भेटसुद्धा होणार नव्हती, त्या आईसोबत वेळ घालवायला हवा होता?

मी स्वत:ला हे विचारतो, पण माझ्याजवळ याचं उत्तर नाही. माझ्या वडिलांनंतर थोड्याच काळात माझ्या आईचंही निधन झालं. त्यांच्याविना ती एकटी जगू शकणार नव्हतीच... ऐंशी वर्षांपेक्षा जास्त काळ ज्या माणसासोबत ती राहिली त्याच्या माघारी तिला जगता येणार नव्हतं.

आई गेल्याचं कळताच मी रामेश्वरमला गेलो. तिच्या आठवणी मनात नुसत्या दाटून येत होत्या. ज्या व्यक्तींनी मला जन्म दिला... केवळ जन्मच दिला नाहीतर माझे विचार आणि व्यक्तित्व यांची जडणघडण केली, ते दोघंही आता कायमचे निघून गेले होते. आता मला माझं उर्वरित आयुष्य त्यांच्या मार्गदर्शनाविना जगावं लागणार होतं. पण ते एकमेकांविना फार काळ जगू शकणार नाहीत, हे मला माहीत होतं. ज्या मशिदीत मी वडिलांसोबत नमाज-पठण करायला शिकलो, त्या मशिदीत पुन्हा जाताना मला या विचाराने दिलासा दिला. मशिदीतून येणारी 'आजान' ऐकून कधीकाळी आम्ही सगळे जण एकत्र जमत असू... आम्ही सर्व मुलं आणि आमचे आई-वडील सगळे जण मिळून नमाज पढत असू.

– आता उरल्या आहेत त्या फक्त मधुर स्मृती! माझ्या लोभस बालपणीच्या! काळाच्या उदरात विरून गेलेल्या माता-पित्यांच्या, आपल्या मुलाच्या मनात खोलवर दडून असलेल्या भावना जाणून घेणाऱ्या आईच्या...!

## माझी बहीण – जोहरा

आमच्या भल्यामोठ्या कुटुंबात आम्ही दहा भावंडं होतो. माझ्या सख्ख्या आणि चुलत भावाबहिणींबरोबरच आमच्या घरात कायम दूरच्या नातेवाइकांची मुलंही असत. आम्ही सगळे एकत्र लहानाचे मोठे झालो. त्या काळी आम्हाला कधी कंटाळा वगैरे चुकूनही येत नसे. आम्ही झाडावर चढायचो, खेळायचो किंवा सहलींचे बेत करायचो आणि अगदी मजेत असायचो. किरकोळ कारणांवरून एकमेकांशी

भांडत असायचो, मग पुन्हा दिलजमाई व्हायची! कधी खोड्या करायचो, पण आम्ही एकमेकांच्या मदतीला कायम सज्ज असायचो.

माझी बहीण जोहरा आम्हा भावंडांपैकी थोरल्या फळीतली. त्या काळी तिच्यासारख्या मुली सर्वसामान्यतः जशा मोठ्या होत तसंच तिचंही आयुष्य होतं. ती शाळेत जायची, अभ्यास करायची, पण तिने घरात शक्य तितकी मदत करावी, अशी अपेक्षा असे. ती बहुधा माझ्या आईची सर्वांत जिवलग सखी असावी. घरासाठी राबताना; स्वयंपाक-पाणी, साफसफाई, लहान मुलं सांभाळणं, त्यांच्या खरचटल्या गुडघ्यांवर फुंकर घालणं, त्यांची वाहणारी नाकं पुसणं ही कामं करताना या मायलेकींचे भावबंध मैत्रीत रूपांतरित झाले होते. माझ्या आईसारखीच तिच्याही मनात माझ्याबद्दल विशेष माया होती. कदाचित मी त्या वेळी जरासा स्वप्नाळू असल्यामुळे असेल. मी माझ्या सवंगड्यांसारख्या वांड-दंगेखोर नव्हतो. इतर मुलांशी थट्टामस्करी करण्यापेक्षा मी वृत्तपत्र किंवा एखाद्या पुस्तकात डोकं खुपसून असायचो. आपल्या धाकट्या भावाचा हळुवार निरागसपणा कोमेजून जाऊ नये यासाठी जोहरा माझ्याकडे तिला शक्य तितकं लक्ष द्यायची.

मी अगदी लहान होतो, त्यादरम्यान अहमद जलालुद्दिन हा माझा आतेभाऊ आमच्या आयुष्यात प्रवेशला. आमच्या एवढ्याशा समाजात तो जणू वाऱ्याची ताजी झुळूक बनून आला. त्याचं शिक्षण माध्यमिक शाळेपर्यंतच झालं होतं. त्याला इंग्रजी लिहिता-वाचता येत असे आणि त्याहून

महत्त्वाचं म्हणजे त्याचा जीवनविषयक दृष्टिकोन खूप मोकळा आणि व्यापक होता. त्याची रामेश्वरमच्या किनाऱ्यापलीकडे पाहण्याची इच्छा होती. तो आमच्या घराजवळच राहायचा. तो फार पटकन आमच्या घराचा... आमच्या दैनंदिन जीवनाचा भाग बनला.

जलालुद्दिनला माझा खूप लळा होता. त्याला माझ्या औत्सुक्यपूर्ण प्रश्नांचं खूप कौतुक होतं. माझ्या प्रश्नांची उत्तरं शोधण्याचा तो आटोकाट प्रयत्न करत असे. माझ्या मनात माझ्या आजूबाजूला दिसणाऱ्या गोष्टींबद्दल सदैव प्रश्न असत... पक्षी का उडतात, पाऊस कसा तयार होतो, रेल्वेच्या इंजिनाचं काम कसं चालतं - हे आणि असेच अनेक प्रश्न. लवकरच मला रामेश्वरमच्या शाळेच्या परिघातून बाहेर पडावं लागणार हे जलालुद्दिनने ओळखलं होतं. मला शिक्षणासाठी रामनाथपुरमला पाठवण्याबद्दल तो माझ्या वडिलांशी बोलला. तिथं रामेश्वरममधल्या शाळेपेक्षा मोठी व चांगली शाळा होती.

त्यानुसार मला रामनाथपुरमच्या शाळेत घातलं गेलं. तिथं शालेय शिक्षण पूर्ण झाल्यावर मी 'मद्रास इन्स्टिट्यूट ऑफ टेक्नॉलॉजी' (MIT)मध्ये इंजिनीअरिंगच्या शिक्षणासाठी मद्रासला (आता चेन्नई) जायचं ठरवलं. दरम्यानच्या काळात जोहराचा जलालुद्दिनशी विवाह झाला. माझी स्वप्नं व महत्त्वाकांक्षांना या दोघांचा भरघोस पाठिंबा असायचा. मी माझ्या इच्छा-आकांक्षांना पंख लावून भरारी घेतली पहिजे, असं जोहरानेच ठाम ठरवलं होतं आणि जलालुद्दिन माझा मार्गदर्शक होता.

अजूनही आमची आर्थिक परिस्थिती जैसेथेच होती. आमच्या घराची भिस्त अजूनही माझ्या वडिलांच्या मिळकतीवरच

होती. त्या वेळी (MIT) एमआयटीमध्ये सहाशे रुपये प्रवेश फी होती, ती देणं त्यांना कसं परवडणार? आता ही रक्कम अगदी किरकोळ वाटेल, पण त्या वेळी ती आजच्या जवळपास लाख रुपयांच्या दरम्यान होती.

अशावेळी मला माझ्या बहिणीचं खरं कणखर निश्चयी रूप दिसलं. काहीही झालं तरी धाकट्या भावाची वाटचाल थांबता कामा नये... तिने नवऱ्याला सांगितलं. माझ्या आई-वडिलांनी बचत करून तिच्यासाठी सोन्याचे दागिने केले होते. भारतीय कुटुंबात स्त्रियांनी विशिष्ट प्रसंगी दागदागिने घालण्याची प्रथा आहे, पण बरेच जण दागिने अडीअडचणीच्या वेळी उपयोगी पडावेत म्हणून करून ठेवतात... अचानक पैशांची गरज लागली, तर कामी यावेत, यासाठी असलेली जणू ती एक प्रकारची विमा पॉलिसीच असते. त्या वेळी जोहराचं लग्न झालेलं होतं, तरीसुद्धा तिने क्षणभरही विचार न करता, आपल्याच कुटुंबासाठी याच दागिन्यांची गरज पडली, तर काय, याची काळजी न करता स्वत:चे दागिने गहाण टाकून माझ्या प्रवेशासाठी लागणारी रक्कम कर्जाऊ घेणार असल्याचं जाहीर केलं.

तिचा हा निर्णय माझ्या काळजाला खोलवर भिडला. माझ्यासाठी कुणी नि:स्वार्थीपणे काही करण्याचा तो एक विलक्षण अनुभव होता. मला गरज होती तेव्हा जोहराने मार्ग काढला आणि तिला जे देणं शक्य होतं, ते तिने अगदी मनापासून दिलं होतं. आपला भाऊ कठोर मेहनत घेणार हे तिला माहीत होतं. मी इंजिनीअर होणार याची तिला खातरी होती. तिने माझ्या क्षमतांवर विश्वास ठेवला. तिने तिच्या सोन्याच्या बांगड्या आणि सोनसाखळी गहाण टाकली, पैसे आणले आणि मी एमआयटीमध्ये दाखल झालो.

आपण मिळवायला लागल्याबरोबरच तिचे दागिने सोडवून आणायचे असा मी त्याचवेळी निश्चय केला. खूप अभ्यास करून मी शिष्यवृत्ती मिळवली आणि अखेर तिचे दागिने सोडवून आणले.

माझ्या आईप्रमाणेच जोहराचा जन्मही रामेश्वरममध्येच गेला. जोहरासुद्धा माझ्या आईसारखीच कर्तबगार, आनंदी आणि सच्ची होती. माझ्या दृष्टीने या दोघीही सामान्य भारतीय स्त्रीच्या प्राप्त परिस्थितीशी आनंदाने जुळवून घेण्याच्या आणि हिमतीच्या प्रतीक आहेत. ही स्त्री परिस्थितीला घाबरून, तिला फार काळ शरण जात नाही. बरेचदा स्वत:ची स्वप्नं आणि महत्त्वाकांक्षा जाणून न घेताच तिचं आयुष्य सरतं. बरेचदा ती तिच्या पतीच्या महत्त्वाकांक्षा, मुलांचं हित आणि प्रगती या गोष्टींचाच विचार करते. ती सर्वांत आधी तिच्या वडिलांचा, भावांचा, बहिणींचा विचार करते आणि सगळ्यात शेवटी स्वत:चा! मला नेहमी वाटतं, या सगळ्यात तिच्या स्वप्नांचं काय? नशीब, परंपरा, परिस्थिती तिची पुन:पुन्हा कसोटी पाहणार... काळजी करायची तिनेच, तडजोड करायची तिनेच, बचत करायची तिनेच, नव्या गोष्टींचा आरंभ करायचा तिनेच! तरीही ती तिच्या कुटुंबाला आणि तिच्या प्रियजनांना कोणत्याही प्रसंगात दिशा देण्याचे मार्ग शोधते आणि हे सगळं ती इतकं प्रेमाने करते की, त्यामुळे तुमचे मन काठोकाठ भरून जातं....

# माझा पहिला मार्गदर्शक : अहमद जलालुद्दिन

मला माझ्या आयुष्यात निर्णायक टप्प्यांवर काही विलक्षण माणसं भेटली आहेत. या माणसांनी माझ्या विचारपद्धतीला आकार वा दिशा दिली आहे. कधीकधी तर त्यांनी ही दिशासुद्धा बदलली आहे. या मार्गदर्शक व्यक्तींचा मी सदैव कृतज्ञ आहे आणि दिवसागणिक मला त्यांची आणखीनच आठवण होते. मला जर खूप वेळ असता तर मी काय केलं असतं सांगू?... मी माझ्या आयुष्याला आकार देणाऱ्या या व्यक्तींचं स्मरण केलं असतं. या व्यक्ती माझ्यालेखी सूर्यासमान उब देणाऱ्या आणि वाऱ्यासमान कवेत घेणाऱ्या आहेत. माझ्या आयुष्यातील अशीच एक व्यक्ती म्हणजे, अहमद जलालुद्दिन!

मी अगदी लहान होतो, तेव्हाची गोष्ट! माझ्या वडिलांनी नावेच्या फेऱ्या सुरू करायचं ठरवलं. त्यासाठी नाव बांधणीचं काम सुरू झालं. नाव ज्या पद्धतीने आकार घेत होती, ते पाहून मी तिकडे आकर्षित झालो होतो. लाकडी फळ्या जोडल्या जात होत्या... नावेची बाहेरची बाजू सुस्पष्ट आकार घेऊ लागली, तसा माझा तिथून पाय निघेनासा झाला. समुद्रकिनाऱ्यावर हे नावबांधणीचं काम सुरू होतं. त्यादरम्यान

जलालुद्दिन रामेश्वरममध्ये राहायला आला. नावबांधणीच्या कामात तो माझ्या वडिलांना मदत करत होता. नावबांधणीत मी किती रस घेतोय, हे सर्वप्रथम त्याच्या लक्षात आलं. बाकीची मोठी माणसं त्यांच्या-त्यांच्या व्यापात गर्क असत, त्यांना माझ्याकडे लक्ष द्यायला वेळ नसे, पण जलालुद्दिन मात्र दररोज माझ्याशी थोडा वेळ तरी गप्पा मारत असे. आम्ही नावबांधणीबद्दल बोलायचो, ती कशी बांधली पाहिजे, कशी रंगवायची, नावेचं अजून काय-काय काम बाकी आहे, याबद्दल चर्चा करायचो. तेव्हापासून आमच्यामध्ये विलक्षण स्नेहबंध गुंफले जाण्यास सुरुवात झाली... मी एक लहान मुलगा आणि जलालुद्दिन – माझ्यापेक्षा पंधरा वर्षांनी मोठा आणि माझ्यापेक्षा सुज्ञ!

हळूहळू आम्ही इतर गोष्टींवरही चर्चा करू लागलो. असेच दिवस पुढे सरकत होते. आम्ही मोठे होत होतो. त्याचा माझ्या बहिणीशी – जोहराशी विवाह झाला. आणि तो माझा मेव्हणा झाला. मग आमचं नातं आणखीच दृढ झालं. मला अगदी विशेषकरून आठवते, ती त्यावेळची आमची रामेश्वरममधील भ्रमंती! आम्ही जवळ-जवळ रोजच मशीद मार्गावरील आमच्या घरापासून समुद्रकिनाऱ्यापर्यंत फिरायला जायचो. त्यादरम्यान गावात बरीच गजबज असे. यात्रेकरूंची मंदिरात ये-जा सुरू असे. आम्ही फिरायला बाहेर पडलो की, पहिल्यांदा शिवमंदिरात जायचो. तिथं प्रदक्षिणा घालणाऱ्या भाविकांसोबत आमचीही पावलं पडत असायची. हे भाविक यात्रेकरू प्रार्थना करत असायचे, काही जण दंडवत घालत असायचे, काही जण वृद्ध माता-पिता किंवा नातेवाइकांना यात्रा घडवत असायचे. या लोकांमध्ये वावरताना आमचे विचारसुद्धा आध्यात्मिक विषयांकडे वळायचे.

आम्ही बरेचदा देवाबद्दल बोलायचो.

माझ्या वडिलांचं मी जे देवाशी नातं पाहिलं होतं, त्यापेक्षा जलालुद्दिनचं देवाशी नातं वेगळं होतं. माझे वडील अत्यंत धार्मिक वृत्तीचे होते. ते प्रार्थनेचे सर्व नियम पाळत असत. ते केवळ वरवर दाखवण्यापुरतं नव्हे, तर अगदी मनापासून. नमाज पढणं आणि ईश्वराच्या आराधनेचा इतर कोणताही प्रकार हा त्यांच्या अस्तित्वाचाच भाग होता... अगदी आपण श्वास घेतो किंवा खातो-पितो तितका सहज. जलालुद्दिनसुद्धा धार्मिक वृत्तीचा होता. मात्र त्याच्यालेखी ईश्वर मित्रासारखा होता. तो ईश्वराशी बोलायचा, आपण एखाद्या जित्या-जागत्या माणसाशी बोलतो, तसं तो देवाला आपल्या सगळ्या अडीअडचणी सांगायचा. आपण जर त्याला आपल्या समस्या सांगितल्या तरच तो त्या सोडवू शकेल, असं त्याला वाटायचं. आम्ही यात्रेकरूंसोबत प्रदक्षिणा घालायचो त्या वेळी मी त्यांना धार्मिक विधी पार पाडताना पाहायचो आणि त्याच वेळी जलालुद्दिनचं बोलणंही ऐकायचो. यामुळे माझ्या मनात या दोन्ही श्रद्धा एकरूप झाल्या. रामेश्वरमच्या या प्रसन्न वातावरणात निरनिराळ्या भाषेत उच्चारलेल्या, निरनिराळ्या श्रद्धा मानणाऱ्या निस्सीम भक्तांच्या प्रार्थना निरनिराळ्या देवांपर्यंत पोहोचत असतील, असं होणं शक्य होतं का? अजिबात नाही. सगळ्यांची प्रार्थना ऐकणारं एकच अस्तित्व आहे, याची मला खातरी होती. पण मला मनोमन एका गोष्टीचं कुतूहल वाटायचं ते म्हणजे, माझ्या या मित्राचं देवाशी काही खास संपर्कसूत्र आहे का की, ज्यामुळे त्याला देव सर्वत्र दिसतो. आणि त्यामुळे तो 'त्या'च्याशी मोकळेपणे बोलू शकतो?

जलालुद्दिन काही खूप शिकलेला नव्हता. त्याला फक्त

आठवीपर्यंत शिक्षण घेता आलं होतं. कारण त्याला कुटुंबाच्या उदरनिर्वाहासाठी लवकर काम सुरू करावं लागलं होतं. पण रामेश्वरममध्ये इंग्रजीचं थोडंफार ज्ञान असलेले जे लोक होते, त्यात (अर्ज लिहून घेणं वा इतर कुठल्या कामाची पत्रं लिहून घेणं यासाठी!) जलालुद्दिनही होता. त्याला इंग्रजी लिहिता-वाचता येत असे. त्यामुळे त्याला स्थानिक रहिवाश्यांमध्ये खूप मान असे. त्याला गावकऱ्यांकडून मिळणारा मान पाहून मलासुद्धा आपण त्याच्यासारखं व्हावं, शक्य तितकं शिकावं असं वाटत असे. या जराशा बऱ्या शैक्षणिक पार्श्वभूमीमुळे कदाचित जलालुद्दिनने माझ्यातलं औत्सुक्य आणि ज्ञानाची भूक जाणली असावी. त्या काळी मला प्रत्येक गोष्टीबाबत अधिकाधिक जाणून घेण्याचं प्रचंड कुतूहल असे आणि माझा हा मेव्हणा कौतुकाने माझ्या प्रश्नांची उत्तरं देत असे. मी त्याच्यावर एकापाठोपाठ एक प्रश्नांची सरबत्ती करत असे. आणि तो मला त्याच्या ज्ञानानुसार शक्य त्या प्रश्नांची शांतपणे उत्तरं देत असे. आमच्या दैनंदिन आयुष्याच्या परिघाबाहेरच्या अनेक गोष्टींबद्दल त्याने मला माहिती दिली – निसर्ग, अवकाश, वैज्ञानिक शोध, पुस्तकं, प्रसिद्ध व्यक्ती!

मी बरेचदा विचार करतो – आपलं व्यक्तिमत्त्व कशामुळे घडतं? त्यामध्ये आजूबाजूच्या वातावरणात परिणाम किती असतो आणि उपजत भाग किती असतो?

मी माझ्या गतायुष्यावर नजर टाकली, तर मी माझ्या जिवलग लोकांकडून माझ्यात आलेले विशिष्ट गुण नेमके सांगू शकतो. मी माझ्या आई-वडिलांकडून प्रामाणिकपणा, शिस्त, श्रद्धा व सहृदयता या गोष्टी शिकलो. माझे सर्वांत जवळचे मित्र –जलालुद्दिन व समसुद्दिन या भावंडांकडून मी

प्रत्येक माणसामध्ये काहीतरी खास असतं, हे ओळखायला शिकलो. या दोघांनी माझ्यातली चमक ओळखली आणि मला प्रोत्साहन दिलं, मला शिकवलं. त्यांच्यामध्ये कृत्रिम आधुनिकता नव्हती, उलट त्यांचा आयुष्याकडे पाहण्याचा दृष्टिकोन थेट आणि अंत:प्रेरणेनुसार होता. बरेचदा मी स्वत: काही सांगण्याआधीच त्यांना माझे प्रश्न, माझ्या महत्त्वाकांक्षा कळत असत. मग ते माझ्याकडून ते काढून घेत असत आणि मला जीवनध्येय आखायला मदत करत असत.

मी मोठा झालो, तेव्हा रामेश्वरमच्या परिघाबाहेर पडण्यासाठी मला प्रोत्साहन देणाऱ्यात जलालुद्दिन आघाडीवर होता. माझी दुसऱ्या गावातल्या आणखी मोठ्या शाळेत जायची इच्छा आहे, म्हटल्यावर त्यानेच सगळी तयारी करून दिली होती. तो माझ्यासोबत रामनाथपुरमला आला होता आणि तिथल्या 'श्वार्टझ हायस्कूल'मध्ये मला स्थिरस्थावर करून मगच परत गेला होता. माझ्यासारख्या आपल्या गावापलीकडचं जग माहीत नसलेल्या मुलाच्या दृष्टीने रामनाथपुरम हासुद्धा फार मोठा बदल होता. मला घरच्यांची खूप आठवण होत होती... माझ्या परिचयाचा तो परिसर, आई, तिच्या हाताची चव... सारं-सारं आठवायचं. त्या वेळी माझ्यात सकारात्मक विचाराची ताकद बिंबवण्याचं काम जलालुद्दिनने केलं होतं.

तो मला सांगायचा की, 'तुझी चांगलं शिक्षण घेण्याची इच्छा आहे ना? मग ती पूर्ण करण्यासाठी तू या भावना आवरल्या पाहिजेस.'

मला जेव्हा-जेव्हा घरची आठवण येऊन मन उदास व्हायचे, त्या वेळी मी जलालुद्दिनचा चेहरा आणि त्याचे

शब्द आठवायचो. ते शब्द मला बोर्डिंग स्कूलमधल्या अपरिचित वातावरणात वाटचाल करताना धैर्य द्यायचे.

मी खऱ्या अर्थाने प्रौढ होईपर्यंत म्हणजे माझे स्वत:चे निर्णय मी स्वत: घेईपर्यंत आयुष्याच्या प्रत्येक टप्प्यावर जलालुद्दिन पावला-पावलांवर माझ्या सोबत होता. मी जेव्हा-जेव्हा अडखळलो तेव्हा त्याने मला सावरलं. आता आपल्याला पुढे पाऊल टाकणं जमणार नाही, असं मला जेव्हा-जेव्हा वाटलं, तेव्हा त्याने मला धीर दिला. प्रोत्साहन दिलं. मी बाहेरच्या जगात प्रथमच लटपटती पावलं टाकली, तेव्हा तो माझ्या पाठीशी खंबीरपणे उभा होता. समसुद्दिन आणि तो माझ्याबरोबर बॉम्बेला (आता मुंबई) आले होते. तिथं सांताक्रूझ विमानतळापर्यंत त्यांनी माझी सोबत केली होती. त्या वेळी मी अमेरिकेत नासामध्ये सहा महिन्यांत प्रशिक्षण कार्यक्रमासाठी निघालो होतो. या गोष्टीची वीस वर्षांपूर्वी रामेश्वरममध्ये कुणी कल्पनासुद्धा केली नव्हती. त्या वेळी मी इंजिनीअर झालो होतो आणि 'इंडियन नॅशनल कमिटी फॉर स्पेस रिसर्च (INCOSPAR)'मध्ये रॉकेट इंजिनीअर म्हणून रुजू झालो होतो. तेच मला अमेरिकेला पाठवत होते.

जलालुद्दिन आणि समसुद्दिनने मला सांताक्रूझ विमानतळावर निरोप दिला होता. विमानप्रवासाबद्दलचं माझं भयमिश्रित कुतूहल आणि मुंबईसारख्या मोठ्या शहरात आल्यावर त्यांच्या चेहऱ्यावरचं बावरलेपणा... अशा मन:स्थितीतसुद्धा ते दोघं वरकरणी काही न दाखवता, त्यांच्या वागण्यात फरक पडू न देता, मला निरोप द्यायला आले होते. मला ते दोघं विमानतळाच्या गेटजवळ उभे असलेले आजही आठवतात... मला निरोप देतानाची त्यांची सकारात्मकता आणि त्यांच्या चेहऱ्यावरचा आशावाद मला आजही जाणवतो.

या दोघांनी माझ्यातले फक्त सद्‌गुणच पाहिले. आणि मी योग्यच मार्ग निवडला आहे, यावर सदैव विश्वास ठेवला. त्यांना निरोप देताना मी हेलावून गेलो होतो. त्यांच्याबद्दल माझ्या मनात अपार प्रेम होतं. माझ्या डोळ्यांत अश्रू दाटले होते.

डोळ्यांत अश्रू दाटलेल्या अवस्थेत माझी पावलं जड झाली झाली होती, तेव्हा जलालुद्दिन मला म्हणाला,

"अब्दुल, आम्ही तुझ्यावर सदैव प्रेम केलं आहे. आमचा तुझ्यावर विश्वास आहे. आम्हाला तुझा सदैव अभिमान वाटेल."

हे त्याचे प्रोत्साहनपर शब्द विसरणं मला कसं शक्य आहे?

जलालुद्दिन मला आठवतो, ते फक्त माझा हात धरून मला चालायला शिकवणारा माणूस म्हणूनच नव्हे, तर त्याने मला जगायचं कसं, हेसुद्धा शिकवलं. मी माझ्या स्वत:च्या कल्पना आणि सर्जनशील विचारप्रक्रियांसोबत मोठा झालो, ते त्याच्या प्रभावखाली – आज मी त्याच्यापासून आणि माझ्या कुटुंबापासून इतका दूर गेलो आहे. जगात माझी स्वत:ची वाट शोधली आहे, तरी अजूनसुद्धा त्याचा प्रभाव माझ्यावर टिकून आहे. त्याने मला जीवनमार्ग शिकवले आहेत. आणि ते सांगताना एका निष्ठुर; पण आयुष्यातील सर्वांत शाश्वत अशा वास्तवाबद्दल काही सांगितलं नाही असं कसं होईल? ती गोष्ट म्हणजे अर्थातच मृत्यू!

मी 'भारतीय अवकाश संशोधन संस्था'(इस्त्रो)मध्ये एसएलव्ही-३ अग्निबाण प्रकल्पावर काम करत होतो. त्या

दरम्यान एक दिवस दु:खद वार्ता आली... हा माझा मेव्हणा, माझा मित्र, माझा मार्गदर्शक हे जग कायमचं सोडून गेला होता. मला प्रचंड धक्का बसला. जलालुद्दिनचं हे जाण्याचं वय नव्हतं. ही बातमी कळली तेव्हा मी सुन्न झालो. असं कसं घडलं? आम्ही सगळे जण जिवंत आहोत आणि हा माणूस मात्र नाही... असं कसं? मला इतका धक्का बसला होता की, माझ्या तोंडून जे चार शब्द बाहेर पडले, त्यांनाही काही अर्थ नव्हता. त्या वेळी माझी विचारशक्ती, भावना, जाणिवा सगळं बधिर झालं होतं. अखेर मी कसंबसं स्वत:ला सावरलं, माझ्या सहकाऱ्यांना सूचना दिल्या आणि रामेश्वरमला जाण्याची तयारी केली.

मी बसने घरी निघालो होतो. रस्त्यावरून धावणाऱ्या, लोकांनी खचाखच भरलेल्या बसेसची घरघर, उघड्या खिडकीतून आत येणारं भणभणतं वारं, सोबत प्रवाशांच्या बोलण्याचे आवाज... या सगळ्या वातावरणात मला अगदी एकटं वाटत होतं... अगदी एकाकी! आपल्या सर्वांच्याच आयुष्यात एक क्षण असा येतो, ज्या वेळी आपण आपलं बालपण कायमचं मागं सोडतो... तेव्हाचे आपण उरत नाही... आता माझ्या आयुष्यातला तो क्षण आला होता. जलालुद्दिनबरोबर माझा एक अंश कायमचा निघून गेला. एक लहान मुलगा – मार्गदर्शनाची गरज असलेला, असंख्य प्रश्न विचारणारा आणि आपण जे काही करू त्यामध्ये आपला हात धरून आपल्याला दिशा दाखवायला एका व्यक्तीचे प्रेमळ हात कायम आपल्यासोबत आहेत, अशी निर्धास्त जाणीव मनात असलेला मुलगा हे जग कायमचं सोडून गेला!

मी डोळे मिटले तरी माझ्या मनश्चक्षूंसमोर पूर्वीच्या

आठवणींनी फेर धरला होता... मी रामनाथपुरमला गेलो होतो, तेव्हा माझ्यासाठी पुस्तकं विकत घेण्यासाठी पैशांची व्यवस्था करणारा जलालुद्दिन... सांताक्रूझ विमानतळावर साश्रू नयनांनी उभा असलेला जलालुद्दिन... त्याच्या डोळ्यांत दाटलेली आसवं. ज्या व्यक्तीने निस्सीम प्रेमाने एखाद्या लहान मुलाला वाढवलं असेल, त्या व्यक्तीच्या डोळ्यांतच येऊ शकतील अशी अतीव अभिमानाची आसवं... मला तो दिसत होता, समुद्रकिनाऱ्यावर माझ्यासोबत फिरायला आलेला. किनाऱ्यावरच्या वाळूत उभं राहून मला चंद्र-तारे दाखवणारा, मावळतीचं सूर्यबिंब अखेर समुद्रात बुडतं तेव्हा ते कुठं जातं, हे मला समजावून सांगणारा... जलालुद्दिन!

मी घरी पोहोचलो तेव्हा माझी बहीण दुःखाने कोसळली होती. तिच्याशेजारी माझी चिमुरडी भाची होती – महबूब! तिचे वडील फार अकाली तिला पोरकं करून निघून गेले होते. मी माझ्या वडिलांना भेटलो. त्या वेळी ते शंभर वर्षांचे होते. तरी त्या वेळी मला पहिल्यांदाच ते खूप म्हातारे झाले आहेत, असं वाटलं. जावयाच्या निधनाने ते खूप खचल्यासारखे वाटत होते. आम्ही आमच्या जिवलग मित्राला आणि मुलाला मूठमाती दिली. या दरम्यान माझ्या डोळ्यांतून अश्रूचा एकही थेंब बाहेर पडला नव्हता... जणू मी आठवणींच्या धुक्यात हरवून गेलो होतो... बधिरपणे माझी पावलं पडत होती, इतकंच!

दफनविधीनंतर माझ्या वडिलांनी मला हात धरून त्यांच्या शेजारी बसवलं. या वयातसुद्धा त्यांची विचारशक्ती जागृत होती. त्या वेळी माझ्या पहिल्यांदाच लक्षात आलं की, त्यांच्या डोळ्यांना टिपूस नव्हतं.

ते मला म्हणाले, “अब्दुल, अल्लाह सावल्या कशा गडद करतो पाहिलंस? ‘त्या’ची इच्छा असती, तर तो सावल्या कायम ठेवू शकला असता. पण तो सूर्याला त्यांचा मार्गदर्शक बनवतो आणि हळूहळू करत सावल्या आखडत नेतो. त्याने आपल्याला विश्रांती घेण्यासाठी रात्र बनवली आहे. आणि जलालुद्दिनला चिरनिद्रेत पाठवलं आहे... स्वप्नहीन निद्रेत... त्याच्या अवघ्या अस्तित्वाला पूर्ण विश्रांती देण्यासाठी, फक्त त्याला त्याची जाणीव नाही. अल्लाहच्या आदेशाखेरीज काहीही घडत नाही आणि आपण त्याच्यावर विश्वास आणि श्रद्धा ठेवली पाहिजे.”

मी त्यांच्या सुज्ञ शब्दांचा विचार करू लागलो. मृत्यू ही भय बाळगण्याची गोष्टच नाही. मी मृत्यूकडे त्या अर्थाने कधीही पाहिलं नव्हतं. तरीही त्यामुळे दुःखाचा जो झाकोळ येतो, तो झटकता येत नाही. जलालुद्दिनसारखे आपणही आपली वेळ आली की जाणारच आहोत. पण आपल्यापैकी काही लोक इतरांपेक्षा लवकर जातात, तेव्हा काळजात शोकसागर उसळतो. आणि हे वास्तव पचवत आयुष्यभर जगावं लागतं... आपली मुलं मोठी झालेली, त्यांची लग्न झालेली पाहणं किंवा आपल्या नातवंडांना खेळवणं, या लोकांच्या नशिबात नसतं.

माझा मित्र जलालुद्दिन अनेक लोकांच्या दृष्टीने अगदी सामान्य माणूस असेल, पण माझा मित्र आणि माझा मार्गदर्शक अहमद जलालुद्दिन एक विलक्षण माणूस होता. त्याने त्याचं प्रेम, साधेपणा आणि समजून घेण्याची कुवत याद्वारे त्याच्या सभोवतीच्या लोकांमध्ये बदल घडवला. त्यांच्या विचारांना आकार दिला. या देशाच्या प्रत्येक शहरात,

प्रत्येक खेड्यात अशा लक्षणीय व्यक्ती आहेत. मला जलालुद्दिनचं इतकं निकट सान्निध्य लाभलं की, आज मी जो कुणी आहे, ते बनवण्यासाठी त्याने माझा हात धरला, हेही माझं भाग्य आहे!

माझे अपयश

**मा**झ्या दीर्घ व घटनापूर्ण आयुष्यात मी यशाची उत्तुंग शिखरं पाहिली आहेत. आपल्या देशाच्या विज्ञान व तंत्रज्ञान क्षेत्रातील प्रगतीमध्ये योगदान देणाऱ्या कार्यांमध्ये माझा सहभाग राहिला आहे; त्याचबरोबर देशाच्या सर्वोच्चपदी विराजमान होण्याचा मानही मला लाभला आहे. आज मी मागे वळून पाहतो, तेव्हा यशाची अशी अनेक उदाहरणं दिसतात. काही माझ्या कामामुळे लाभलेली, काही मी अतिशय बुद्धिमान टीमचा भाग असल्यामुळे मिळालेली.

तरीही माझी ठाम खातरी आहे की, माणसाने अपयशाच्या कडू गोळीची चव चाखल्याखेरीज, यशाची उत्कट आस लागत नाही. मी यशापयशाच्या नाण्याच्या दोन्ही बाजू पाहिल्या आहेत. आणि अपयशासोबत येणाऱ्या निराशेच्या खोल गर्तेत डोकावून पाहाताना आयुष्यातले सर्वांत कठीण धडे शिकलो आहे. हे धडे स्मरण्याजोगे, सांगण्याजोगे आहेत. कारण अनेक खडतर प्रसंगातून मार्ग काढण्यासाठी त्यांनी मला साहाय्य केले आहे.

मी एमआयटीमध्ये 'एअरॉनॉटिक्स' म्हणजेच विमानविद्याशास्त्राचा विद्यार्थी होतो, तेव्हा माझ्या आयुष्यात असे काही अध्याय घडले आहेत. तिथं माझे 'डिझाइन'चे

शिक्षक होते, प्रोफेसर श्रीनिवासन! ते या संस्थेचे प्रमुखही होते. एकदा आम्हा चार-चार विद्यार्थ्यांचे गट केले गेले. आमच्या गटाला 'लो-लेव्हल ॲटॅक एअरक्राफ्ट'चं डिझाइन करायला सांगितलं होतं. एअरोडायनॅमिक डिझाइन तयार करण्याची जबाबदारी माझ्याकडे होती. आम्ही काही आठवडे प्रचंड मेहनत घेत होतो. माझ्या गटातले इतर विद्यार्थी बाकीच्या भागांचं – म्हणजे प्रपल्शन, स्ट्रक्चर, कन्ट्रोल आणि इन्स्ट्रूमेन्टेशन डिझाइन करत होते. त्या वेळी आमचा इतर विषयांचा अभ्यास झालेला होता. त्यामुळे आम्ही यासंदर्भातल्या आमच्या कल्पनांवर तासन्तास चर्चा करत होतो. त्यावर संशोधन करत होतो. आम्हाला सर्वांनाच आपापल्या 'प्रोजेक्ट'द्वारे आमच्या सरांवर छाप पाडायची होती. आमच्या कामाची प्रगती कुठंवर आली आहे, याकडे सरांचं बारीक लक्ष होतं. काही दिवसांनी प्रोफेसर श्रीनिवासन यांनी मला मी केलेलं डिझाइन दाखवायला सांगितलं. मी त्यांना डिझाइन दाखवलं. त्यांनी त्यांच्या खास कुशल नजरेने ते बारकाईने पाहिलं. मी त्यांचं त्याबद्दलचं मत ऐकण्यासाठी श्वास रोखून उभा होतो. त्यांच्या समोर पसरलेल्या कागदावर नजर टाकताना त्यांच्या भुवया कशा आक्रसल्या होत्या, ते मला अजूनही आठवतंय.

मग ते ताठ उभे राहत जे बोलले त्यामुळे मी जागीच थिजलो.

"हे काही फार चांगलं झालेलं नाहिये, कलाम!" ते म्हणाले.

मग त्यांनी त्यांची करारी नजर माझ्याकडे वळवली.

"माझी तुझ्याकडून यापेक्षा बरीच अपेक्षा होती. हे अगदीच सामान्य आहे. तुझ्यासारख्या बुद्धिमान मुलाने हे असलं डिझाइन केलेलं पाहून माझा अपेक्षाभंग झाला आहे."

मी हतबुद्ध होऊन त्यांच्याकडे पाहत राहिलो. मी वर्गात नेहमी हुशार... अगदी 'स्टार' विद्यार्थी म्हणून गणला जात होतो. मला कोणतेही शिक्षक कशाबद्दलही कधीही रागावले नव्हते. ही शरमल्याची भावना हा माझ्यासाठी नवा अनुभव होता. मला ते अजिबात आवडलं नव्हतं. मग सरांनी नुसती मान हलवली आणि मला ते सगळं डिझाइन पुन्हा करायला सांगितलं, अगदी सुरुवातीपासून नव्याने आणि मला माझ्या सगळ्या गृहितांचा पुनर्विचार करायला सांगितलं. मी अतिशय शरमलो होतो. मी मान डोलावली. त्यानंतर त्यांनी पुढची वाईट बातमी दिली... मला ते डिझाइन केवळ नव्याने तयार करायचं नव्हतं, तर त्यासाठी मुदत होती, फक्त तीन दिवसांची!

"आज शुक्रवार आहे. दुपारची वेळ. मला सोमवारी सकाळी निर्दोष ड्रॉइंग दाखव. जर तू हे करू शकला नाहीस, तर तुझी शिष्यवृत्ती बंद केली जाईल."

आता मी आणखीनच सुन्न झालो. या शिष्यवृत्तीमुळे तर मला या कॉलेजमध्ये येणं परवडत होतं. तो माझ्यासाठी एकमेव मार्ग होता. ती नसली तर मला शिक्षण थांबवावं लागलं असतं. त्या क्षणी माझ्या स्वत:च्या महत्त्वाकांक्षा, माझ्या आई-वडिलांची स्वप्नं, माझी बहीण, जलालुद्दिन माझ्या डोळ्यांसमोर तरळले... आणि हे सगळं विरून जातंय असं वाटलं. प्रोफेसर महोदयांच्या त्या शब्दांमुळे माझं भविष्यच भयाण होऊन जाईल की काय... मला विचारसुद्धा करवत नव्हता.

स्वत:ला सिद्ध करून दाखवायचंच अशा निश्चयाने मी ताबडतोब कामाला लागलो. मी जेवलोसुद्धा नाही. रात्रभर मी ड्रॉइंग बोर्डवर काम करत होतो. जे डिझाइनचे घटक मनात घोळत होते, ते सगळे अचानक एकत्र आले... त्यांनी

रूप, आकार धारण केला... मी इतकं एकाग्र चित्ताने काम करत होतो की, मनातली सगळी कोळीष्टकं झटकून निघाली. दुसऱ्या दिवशी सकाळपर्यंत मी झपाटून काम करत होतो. त्यानंतर मी जरासा विश्राम घेतला. अंघोळ करून ताजातवाना झालो. खाऊन घेतलं आणि पुन्हा कामाला लागलो. रविवारी संध्याकाळी माझं काम जवळजवळ होत आलं होतं... अतिशय सुरेख, सुबक डिझाइन तयार झालं होतं. मला त्याचा अभिमान वाटत होता. मी त्यावर शेवटचा हात फिरवत असताना कुणाचीतरी चाहूल लागली, म्हणून पाहिलं तर तेच सर आले होते. टेनिसच्या पांढऱ्याशुभ्र पोशाखातले, क्लबमधून घरी जाता-जाता ते तिथे डोकावले होते. ते तिथे कितीवेळ उभे होते, कोण जाणे! माझं लक्ष त्यांच्याकडे गेलं, तेव्हा ते माझ्या दिशेने आले. बराच वेळ ते माझं डिझाइन बारकाईने, चिकित्सक नजरेने पाहत होते.मग ते माझ्याकडे पाहून हसले आणि अहो आश्चर्यम्!... त्यांनी मला प्रेमाने आलिंगन दिलं.

मग ते माझ्या पाठीवर थोपटत म्हणाले, "त्या दिवशी मी तुझं डिझाइन नाकारलं, त्या वेळी मी तुझ्यावर प्रचंड दडपण आणतोय, हे मला कळत होतं. मी तुला अशक्यप्राय कालमर्यादा आखून दिली – तरीही तू ती पूर्ण केलीस आणि जे डिझाइन तयार केलं आहेस त्याला मी केवळ, 'अफलातून' हा शब्द वापरू शकतो. तुझा गुरू या नात्याने मला तुझ्या कुवतीच्या परिसीमेपर्यंत न्यावं लागलं, ज्यायोगे तुला तुझी खरी कुवत कळू शकेल."

दोन दिवस प्रचंड खिन्न मन:स्थितीत घालवल्यानंतर सरांचे ते शब्द माझ्या कानांत मधुर सुरांसारखे गुंजले आणि माझ्यात पुन्हा आत्मविश्वास जागा झाला. स्वत:वरचा विश्वास

पुन्हा गवसला.

त्या दिवशी मी दोन गोष्टी शिकलो : ज्या गुरूच्या मनात आपल्या शिष्याच्या प्रगतीचा विचार असतो, तो तुमचा सर्वोत्तम गुरू बनू शकतो. कारण तुमच्याकडून सर्वोत्तम कामगिरी कशी करून घ्यायची, हे त्या गुरूला चांगलं माहीत असतं.

आणि दुसरं म्हणजे, अशक्य अशी अंतिम कालमर्यादा मुळीच असत नाही.

मी कितीतरी अवघड प्रकल्पांवर काम केलं आहे, त्यांपैकी काही प्रकल्पांमध्ये तर देशातील सर्वोच्च नेते माझ्या कामावर लक्ष ठेवून होते. पण मला एमआयटीमध्ये माझ्या क्षमतांबद्दल जो आत्मविश्वास लाभला होता, त्याचा मला आयुष्यात पुढेसुद्धा खूप उपयोग झाला. याबद्दल प्रोफेसर श्रीनिवासन यांचा मी कृतज्ञ आहे.

एमआयटीनंतर माझं कार्यजीवन सुरू झालं. आता आपल्याला याहीपेक्षा खडतर अनुभवांतून जायचं आहे, याची त्या वेळी मला कल्पना नव्हती. मी बेंगलोरला 'हिंदुस्तान एअरॉनॉटिक्स लिमिटेड (HAL)'मध्ये रुजू झालो. तिथं मी विमाने, त्यांची रचना, त्यांचं तंत्रज्ञान याबद्दल बरंच शिकलो. त्यावेळपर्यंत आपण विमानोड्डाणात करिअर करायचं हे माझ्या मनात पक्कं झालं होतं. मी एचएएलमध्ये एअरॉनॉटिकल इंजिनीअर होतो, त्या वेळी माझ्यासमोर नोकरीच्या दोन संधी होत्या: एक हवाई दलात आणि दुसरी संरक्षण मंत्रालयात – 'तंत्रविकास व निर्मिती संचालनालयात [DTD & P (Air)].' मला या दोन्ही ठिकाणी मुलाखतीसाठी बोलवण्यात

आलं होतं. यातलं पहिलं ठिकाण होतं, डेहराडूनला आणि दुसरं दिल्लीला. मी खूप आशेने निघालो.

मी पहिल्यांदा विमान जवळून पाहिलं ते एमआयटीमध्ये. विद्यार्थ्यांना विमानाच्या विविध यंत्रणा, घटक प्रत्यक्ष पाहता यावेत, यासाठी तिथं वापरात नसलेली दोन विमानं ठेवली होती. त्या विमानांचं मला विशेष आकर्षण होतं. त्यामुळे मी त्यांच्याकडे पुन:पुन्हा ओढला जायचो. माझ्या दृष्टीने ती विमाने म्हणजे मानवाच्या स्वत:च्या मर्यादेपलीकडे विचार करण्याच्या क्षमतेचं आणि आपल्या स्वप्नांना पंख लावण्याचं प्रतीक होतं. मला अवकाशभरारीचं प्रचंड आकर्षण असल्यामुळे मी 'एअरॉनॉटिकल इंजिनीअरिंग' हे अभ्यासक्षेत्र निवडलं होतं. कितीतरी वर्षं मी अवकाशभरारी घेण्याचं स्वप्नं उराशी बाळगलं होतं... ते यंत्र आभाळात उंचच उंच वर भरारी घेत असताना ते चालवणं, हे माझं प्रियतम स्वप्नं होतं!

मी मद्रासहून उत्तर भारतात मुलाखती द्यायला जाताना हे स्वप्न सतत मनात पाहत होतो. अखेर मी वैमानिक बनण्याच्या उंबरठ्यावर येऊन ठेपलो होतो! तामिळनाडू ते डेहराडून हा खूप दीर्घ प्रवास होता... फक्त भौगोलिकदृष्ट्याच नव्हे, तर मी माझ्या सामान्य पार्श्वभूमीपासून ते हिमालयाच्या पायथ्याशी असलेल्या पारितोषिकापर्यंत पोहोचण्याच्या अंतराच्या संदर्भातसुद्धा...! हे पारितोषिक म्हणजे हवाई दलात वैमानिक पद!

मी आधी दिल्लीला गेलो. तिथं 'डीटीडी ॲन्ड पी'मध्ये मुलाखत दिली. मी आत्मविश्वासपूर्ण होतोच आणि मुलाखतही छान झाली. मला माझ्या ज्ञानाच्या कक्षा फार ताणण्याची गरज भासली नाही. मी दिल्लीत एक आठवडा राहिलो

आणि त्यानंतर हवाई दल निवड समितीसमोर मुलाखत द्यायला डेहराडूनला गेलो. इथं मला नमूद करावंसं वाटतं की, त्या वेळी मी नुकताच विशी पार केलेला तरुण होतो. विशाल जगात कसं वागायचं ते मला आत्ता कुठं कळू लागलं होतं. मी रामेश्वरमहून मोठ्या शहरात शिक्षणासाठी गेलो तेव्हा मी बुजरा, मुखदुर्बळ मुलगा होतो. माझ्या व्यक्तिमत्त्वात थोडा ठामपणा आणण्यासाठी मला खूप परिश्रम घ्यावे लागले. त्यासाठी मी निरनिराळ्या पार्श्वभूमीतल्या निरनिराळ्या लोकांशी संवाद साधण्याचा प्रयत्न करायचो. हे काम सोपं नव्हतं, त्यात नैराश्याचे व अपेक्षाभंगाचे अनेक प्रसंग यायचे. मात्र मी शिक्षण संपवून नोकरी शोधायला लागलो, त्यावेळपर्यंत माझ्या व्यक्तिमत्त्वात बराच फरक पडला होता. त्यावेळपर्यंत मला माझे विचार इंग्रजी व तमिळमध्ये व्यक्त करता येऊ लागले होते.

आता पुन्हा माझ्या हवाईदलातल्या विषयाकडे वळतो. त्या मुलाखतीदरम्यान त्यांनी मला विचारलेल्या प्रश्नांची उत्तरं देताना माझ्या लक्षात आलं की, ते शैक्षणिक पात्रता व इंजिनीअरिंगचं ज्ञान याबरोबरच उमेदवारीची विशिष्ट 'हुशारी' सुद्धा पारखत आहेत. शारीरिक क्षमता आणि स्वत:ला स्पष्टपणे व्यक्त करता येणं, या गोष्टी त्यांना हव्या होत्या. मी माझ्या दृष्टीने सर्वतोपरी मुलाखत दिली. मी कितीतरी दिवस या नोकरीची अगदी मनापासून आस धरून होतो, त्यामुळे ती मिळवायचीच असा माझा निश्चय होता, पण मनात धाकधूक होती. आत्मविश्वास होता, पण त्याच वेळी मनावर दडपण होतं.

अखेर मुलाखतीचे निकाल जाहीर झाले. पंचवीस उमेदवारांमध्ये मी नवव्या क्रमांकावर होतो. तिथं फक्त आठच

जागा होत्या. हवाई दलात वैमानिक बनण्याचं माझं स्वप्न मला साकार करता आलं नव्हतं.

जे काही घडलं ते समजून घेण्याचा प्रयत्न करत असताना काळजात उठलेली कळ मला आजही आठवते. मनात अतिशय उत्कटपणे जपलेली एखादी आकांक्षा चुरचुर होऊ लागते, तेव्हा निराशा येते. आणि स्वप्नांचे तुकडे असे उधळले जाऊ लागतात तेव्हा रितेपण घेरून येतं. तो निकाल पाहिल्यानंतर मला चार भिंतीत राहणं असह्य झालं. मला बाहेर खुल्या वातावरणात जायचं होतं. कारण माझ्या आजूबाजूच्या सर्व भिंती कडेकोट बंदिस्त झाल्यासारख्या वाटत होत्या. मी बाहेर पडलो... चालत राहिलो आणि एका कड्याच्या टोकावर येऊन पोहोचलो. तिथून खाली सरोवरातलं चमचमतं पाणी पाहताना मी आता पुढे काय करायचं, याचा विचार करत होतो. मला माझे बेत बदलावे लागणार होते. प्राधान्यक्रमांचा पुनर्विचार करावा लागणार होता. मग मी काही दिवस हृषिकेशला जायचं ठरवलं. मला नवा मार्ग शोधावा लागणार होता.

दुसऱ्या दिवशी सकाळी मी हृषिकेशला गेलो. तिथं गंगास्नान केलं – या नदीबद्दल मी खूप काही ऐकून होतो. पण आयुष्यात पहिल्यांदाच ती पाहत होतो आणि तिचा स्पर्श अनुभवत होतो. तिथून थोड्या अंतरावर एका टेकडीवर शिवानंद आश्रम आहे, असं मी ऐकून होतो. मी तिथं गेलो. तिथं प्रवेश करताच मला विलक्षण कंपनं जाणवली, एक प्रकारची असीम शांतता... तिथे होती. जिने माझ्या अस्वस्थ मनावर मायेची फुंकर घातली. तिथं सर्वत्र ध्यानमग्न साधू बसलेले होते. त्यांच्यापैकी एकजण तरी मला छळणाऱ्या प्रश्नांची उत्तरं देऊ शकेल आणि माझ्या चिंता दूर होऊ

शकेल, अशी मला आशा होती. तिथं मला साक्षात स्वामी शिवानंद यांना भेटता आलं. माझ्या मुस्लीम असण्याने त्यांना काहीही फरक पडला नाही, उलट मी काही बोलण्याआधीच त्यांनी मला विचारलं, "तू इतका दुःखी का आहेस?" माझ्या आयुष्यात नुकत्याच घडलेल्या घडामोडींबद्दल मी काही सांगायला सुरुवात करण्याआधीच त्यांना माझं दुःख कसं कळलं, याचं मला अतिशय आश्चर्य वाटलं. मग त्यांनी शांतपणे माझं बोलणं ऐकून घेतलं. त्यांच्या चेहऱ्यावर नितळ शांतता, स्मित विलसत होतं. त्यांच्या बोलण्याने माझी सगळी अस्वस्थता दूर झाली. त्यांचे शब्द अत्यंत सखोल, अर्थपूर्ण होते. मी आयुष्यात प्रथमच इतकं अर्थपूर्ण बोलणं ऐकत होतो. त्यांचा क्षीण पण गंभीर स्वर आजही माझ्या कानात घुमतो :

'तू विधीलिखित स्वीकार आणि आयुष्यात पुढे वाटचाल करत राहा. हवाई दलात वैमानिक बनण्याचं तुझ्या नशिबात नाही; जे आहे ते आत्ता समोर आलेलं नाही, पण ते ठरलेलं आहे. हे अपयश विसरून पुढे जा. तुझ्यासाठी जो मार्ग ठरलेला आहे, त्या दिशेने तू जाण्यासाठी हे अपयश गरजेचं होतं. या अपयशाचं दुःख न मानता तू तुझ्या अस्तित्वाचा खरा उद्देश शोध. ईश्वराच्या इच्छेला शरण जा!'

त्यांचा हा उपदेश माझ्या मनावर ठळक कोरला गेला आहे. खरंच नशिबाशी का लढायचं? हे अपयश म्हणजे ईश्वराने माझ्यासाठी यापेक्षा मोठं जे ठरवलं आहे त्याच योजनेचा एक भाग होता... माझी खातरी पटली. मी तिथून दिल्लीला परत जाताना याचाच विचार करत होतो. दिल्लीला गेल्यावर मला कळलं की, 'डीटीडी ॲन्ड पी'मध्ये वरिष्ठ वैज्ञानिक साहाय्यक म्हणून माझी निवड झाली होती. मग मी

वैमानिक बनण्याचं स्वप्न सोडून दिलं. इतरही बरंच काम करण्यासारखं आहे, हे आता मला कळून चुकलं होतं. आणि मला मिळालेलं काम मी अगदी मनापासून करायचं ठरवलं.

अशा प्रकारे माझ्या कार्यजीवनाची सुरुवात झाली. एखादं ध्येय ठरवणाऱ्या जवळपास प्रत्येक माणसाला अनपेक्षित अडथळ्यांना तोंड द्यावं लागतं, असं मला खातरीने वाटतं. आपल्या ध्येयांचा पुनर्विचार करावा लागतो. आपले मार्ग बदलून नवी दिशा शोधावी लागते. आयुष्यात अपयशाचा प्रत्येक तडाखा आपल्याला आयुष्यात नवा पैलू शिकवतो आणि आपल्याच व्यक्तिमत्त्वामधील काही ना काही नवं दाखवतो. आपण जेव्हा या अडथळ्यांवर मात करायचा प्रयत्न करतो, तेव्हा आपल्याला आपल्यात दडून असलेलं धैर्य आणि लवचिकता लक्षात येते. तोवर कधीही आपल्याला आपल्यातलेच हे गुण कळलेले नसतात. ज्या वेळी आपल्याला अपयशाचा सामना करावा लागतो. त्याच वेळी आपल्यामध्ये हे गुण नेहमीच होते, हे आपल्या लक्षात येतं. गरज असते ती फक्त हे गुण शोधण्याची आणि आयुष्यात पुढे वाटचाल करत राहण्याची!

# माझी आवडती पुस्तकं

**मी** भारतात कुठंही तरुणांशी संवाद साधतो, तेव्हा मला एक प्रश्न हटकून विचारला जातो, तो म्हणजे तुमची आवडती पुस्तकं कोणती?

आधुनिक आयुष्याने आपल्या बऱ्याच सवयी बदलून टाकल्या असल्या, तरी वाचन ही गोष्ट मात्र अजूनही आपल्या देशात लोकप्रिय आहे. वृत्तपत्रं आणि मासिकांपासून ते पुस्तकांपर्यंत आपल्याला विपुल वाचनसाहित्य उपलब्ध आहे. भारतात साक्षरतेचं प्रमाण वाढलं आहे. त्यासोबतच विविध प्रकारच्या पुस्तकांची मागणी वाढली आहे, ही आनंददायी गोष्ट आहे. मला वाटतं, लोक शाळेत फक्त लिहायला-वाचायला शिकत नाहीत, तर ते शिक्षित होत आहेत. विचारपद्धती बदलत आहेत आणि आकलनक्षमतेला धार लावत आहेत, हेच यावरून दिसून येतं. वाचनामुळे या अनमोल गुणांचा विकास होतो.

व्यक्तिशः माझ्या बाबतीत सांगायचं तर, पुस्तकांनी मला सदैव सोबत केली आहे... अगदी जिवलग साथी बनून! काही पुस्तकं मला अगदी लहानपणीच गवसली. या पुस्तकांचा मला कधीही विसर पडलेला नाही. ही पुस्तकं मित्रांसारखीच आहेत. त्यांनी माझा हात धरून आयुष्यात

मला दिशा दाखवली आहे. अनेकदा त्यातील शब्दांनी माझ्यात चैतन्य जागवलं आहे. माझ्या भोवतीचं जग समजून घ्यायला मला मदत केली आहे.

मला आजवर असेही अनेक पुस्तकप्रेमी भेटले आहेत, ज्यांनी माझ्या पुस्तकप्रेमाची खूप कदर केली आहे. यासंदर्भात मला खासकरून एक व्यक्ती आठवते. त्याने एकदा मला पुस्तक विकत *न घेऊन* मदत केली आहे.

त्याचं असं झालं... मी मद्रासला एमआयटीमध्ये शिकत होतो, तेव्हाची गोष्ट आहे – त्यादरम्यान मला रशियन साहित्यात रस निर्माण झाला होता. मी त्याचं एक पुस्तक मिळवलं होतं आणि अतिशय रस घेऊन ते वाचत होतो. मात्र त्याचवेळी मला काही दिवसांसाठी घरी जावं लागणार होतं. नेहमीप्रमाणेच माझ्या खिशात पैसे नव्हतेच – अगदी रामेश्वरमला जाण्यासाठी रेल्वेच्या भाड्यापुरते सुद्धा! अशा कडकीत पैशांची सोय करण्यासाठी ते पुस्तक विकण्याखेरीज दुसरा पर्यायच मला दिसत नव्हता. मग मी मद्रासच्या 'मोअर' मार्केटमध्ये गेलो. तिथं अशा प्रकारचे पुस्तकांच्या खरेदी-विक्रीचे व्यवहार होत असत. या बाजारात सगळ्या प्रकारच्या वस्तू मिळत असत. पण मला विशेष आवडायचा तो या बाजारातला मागच्या बाजूचा चिंचोळा भाग. तिथं जुन्या पुस्तकांची खरेदी-विक्री होत असे. तिथल्या एका दुकानात मी नेहमी जायचो. त्या दुकानदाराशी माझी मैत्री झाली होती. त्याने मला बऱ्याच लेखकांचा परिचय घडवला होता. अनेक मंत्रमुग्ध करणारी व मानसिक उन्नती घडवणारी पुस्तकं देऊन त्याने माझ्यातील चौफेर वाचक घडवला होता.

त्या दिवशी मी त्याच्या दुकानात गेलो आणि वाचत

असलेलं ते पुस्तक विकायचं आहे, असं सांगितलं. त्याने माझ्याकडे पाहिलं. त्याच्या नजरेत करुणा आणि दुःख याचं मिश्रण होतं. मला हे पुस्तक सोडवत नाहीये, हे त्याला दिसत होतं. पण ते करणं मला भाग पडलं आहे, हेही त्याला कळत होतं. मग त्याने एक मस्त युक्ती केली, त्याच्या साध्या-सोप्या पर्यायाने माझे सगळे प्रश्नच सुटले! त्याने सुचवलं की, हे पुस्तक तू माझ्याकडे तारण म्हणजे गहाण ठेव. त्या बदल्यात तो मला पैसे कर्जाऊ देणार होता. माझ्याकडे पैसे असतील, तेव्हा मी त्याला ते पैसे परत करायचे आणि पुस्तक सोडवून घ्यायचं. दरम्यान ते पुस्तक कुणालाही न विकण्याचं त्याने कबूल केलं!

माझ्या आनंदाला पारावार उरला नव्हता. माझ्या नशिबाची पानं अकस्मात अशी बदलली होती! आता मला घरीही जाता येणार होतं आणि ते पुस्तकही गमवावं लागणार नव्हतं.

या मित्राने ते पुस्तक न विकण्याचा शब्द पाळला, हे सांगायची गरज नाही. ते पुस्तक अनेक वर्षं माझ्यासोबत राहिलं – एका अनोळखी माणसाच्या सहृदयतेचं स्मरण आणि पुस्तकांच्या तितक्याच विलक्षण विश्वाची साथ देत!

सेंट जोसेफ कॉलेजमध्ये अंतिम वर्षाला असताना मी इंग्रजी भाषेतील अभिजात साहित्यकृतींचा आस्वाद घेण्यास प्रारंभ केला. त्याच दरम्यान मला लिओ टॉलस्टॉय, वॉल्टर स्कॉट व थॉमस हार्डी यांच्या साहित्याचा परिचय घडला. या कथावस्तू माझ्यालेखी पूर्ण अपरिचित होत्या आणि त्यातली भाषा माझ्या भाषेपेक्षा निराळी होती, पण मानवी नात्यांच्या या कथा, त्यांचा समाजाबद्दलचा दृष्टिकोन या

गोष्टी मला खूप भावल्या. त्यानंतर मी काही तत्त्ववेत्त्यांचं साहित्य वाचलं आणि विज्ञानविषयक साहित्यात रस घेऊ लागलो, विशेषत: भौतिकशास्त्रात!

इथं मला अल्बर्ट आइनस्टाइनची गोष्ट आठवते. ते बारा वर्षांचे असताना त्यांचे गुरू मॅक्स टाल्मड यांनी त्यांना युक्लिडिअन भूमितीचं पुस्तक दिलं होतं. या पुस्तकाने छोट्या आइनस्टाइनला विशुद्ध संकल्पनांची ओळख घडवली आणि वैश्विक सत्य कशी शोधायची, हे शिकवलं. त्यामुळे त्यांना मानवी मनाचं सामर्थ्य कळू लागलं.

माझ्या आयुष्यात मी असंख्य पुस्तकं वाचली आहेत, पण त्यातील सर्वांत आवडती पुस्तकं किंवा ज्यांची माझ्यावर खोल छाप आहे, अशी पुस्तके कोणती असं विचारलं तर मी तीन पुस्तकांचा उल्लेख करीन.

त्यांपैकी पहिलं पुस्तक म्हणजे, लिलिअन आईश्लर वॅटसन संपादित 'लाइट फ्रॉम मेनी लॅम्पस!' १९५३ साली हे पुस्तक मी उल्लेख केला, त्या मद्रासच्या जुन्या पुस्तकांच्या दुकानात मिळालं. (पुस्तकांनी खचाखच भरलेल्या दुकानात असा दुर्मीळ खजिना धडपडून शोधण्यातला आनंद अवर्णनीय असतो.) हे पुस्तक माझा सखा बनलं आहे. हे पुस्तक माझ्या हातात आल्यापासून मी ते अनेकदा वाचलं आहे... पुन:पुन्हा ते सदैव माझं सोबती बनून राहिलं आहे. 'लाइट फ्रॉम मेनी लॅम्पस' या अतिशय सुंदर, स्फूर्तिदायी पुस्तकात विविध लेखकांचे लेख समाविष्ट केले आहेत. संपादक महोदयांनी निरनिराळ्या लेखकांनी लिहिलेल्या स्फूर्तिदायी कथा यामध्ये संकलित केल्या असून, या कथा कशा लिहिल्या गेल्या आणि त्यातून कोणती शिकवण मिळते,

याबद्दल लिहिलेला मजकूर अत्यंत उपयोगी आहे. या पुस्तकातल्या शब्दांनी, मी दुःखात असताना माझ्या मनावर फुंकर घालण्याचं काम केलं. तसंच मला सल्ल्याची गरज असताना मला उभारी देऊन माझ्यात चैतन्य निर्माण करण्याचं काम केलंय. मी भावनांच्या आवर्तात वाहवत जाण्याच्या धोक्याच्या रेषेवर असताना मला या पुस्तकाने तोल सांभाळायला मदत केली आहे. मी ते अनेकदा बाइंडिंग करून आणलं आहे. काही वर्षांपूर्वी माझ्या एका मित्राला या पुस्तकाची नवी आवृत्ती मिळाली, तेव्हा त्याने ती माझ्यासाठी भेट म्हणून आणली आहे. याचा मला खूप आनंद आहे.

माझ्या विचारांवर प्रभाव टाकणारी दुसरी रचना म्हणजे 'थिरुकुरल.' सुमारे दोन हजार वर्षांपूर्वी थिरुवल्लूवर यांनी लिहिलेल्या या ग्रंथात तमिळ भाषेतील १३३० काव्यपंक्ती म्हणजेच 'कुरल' आहेत. या रचनेमध्ये जीवनाच्या जवळ-जवळ प्रत्येक पैलूवर भाष्य आहे. ही तमिळ साहित्यातील एक सर्वांत महत्त्वाची साहित्यकृती मानली जाते. या ग्रंथाने मला जीवनपद्धती शिकवली आहे. ही रचना खरोखर मानसिक उन्नती घडवते.

मला एक 'कुरल' अत्यंत प्रिय आहे. त्याचा भावार्थ असा :

> *उंच भरारी घेण्याचा विचार करा! मग तो फक्त एक विचार असेल आणि तुम्हाला उद्दिष्ट जरी गाठता आलं नाही, तरी नुसत्या त्या विचारानेच तुम्हाला उंची लाभेल.*

मी आवर्जून उल्लेख करेन असं आणखी एक पुस्तक

म्हणजे, ‘मॅन द अननोन’ नोबेल सन्मान प्राप्त तत्त्ववेत्ते ॲलेक्सिस कॅरेल यांनी शरीर आणि मन यांच्यावर एकत्रित उपचार करून माणसाला कसे बरे करता येते, याविषयी या पुस्तकात लिहिले आहे. त्यांनी मानवी शरीराचं – ही यंत्रणा किती बुद्धिमान आणि एकसंध आहे! – अत्यंत सुस्पष्ट व अभ्यासपूर्ण विवेचन केलं आहे. हे पुस्तक प्रत्येकाने वाचावं असं मला वाटतं, विशेषत: वैद्यकशास्त्राचा अभ्यास करू इच्छिणाऱ्यांनी!

त्याचबरोबर विविध धर्मांच्या पवित्र ग्रंथाचा माझ्यावर मोठा प्रभाव आहे. मी या ग्रंथांचा अभ्यास केला आहे आणि आयुष्याच्या वाटचालीत माझ्या मनात आलेल्या प्रश्नांची उत्तरं शोधण्याचा प्रयत्न केला आहे. कुरआन, वेद, भगवद्‌गीता या सर्वांत सखोल तत्त्वज्ञान मांडलेले आहे. माझ्या आयुष्यात निरनिराळ्या टप्प्यांवर अनेक पेचप्रसंग सोडवताना मला या ज्ञानाचा उपयोग झाला आहे.

हे पवित्र ग्रंथ जीवनाच्या कोणत्याही पैलूसंदर्भात आपल्याला कसा मार्ग दाखवू शकतात, याची काही उदाहरणं सांगतो.

बेंगलोरमध्ये काही काळ एअरॉनॉटीकल इंजिनीअर म्हणून काम केल्यानंतर मला INCOSPARमध्ये रॉकेट इंजिनीअर पदाच्या मुलाखतीसाठी बोलावणं आलं. ही अवकाश संस्था डॉ. विक्रम साराभाई यांनी सुरू केली होती. मी या मुलाखती संदर्भात अतिशय अस्वस्थ होतो. काय अपेक्षित आहे, तेच मला कळत नव्हतं. त्या वेळी (माझ्या वडिलांचे मित्र आणि रामेश्वरम मंदिराचे पुजारी) लक्ष्मण शास्त्रींनी गीतेचा संदर्भ देत सांगितलेल्या शब्दांनी मला धीर आला होता :

*'सर्व अस्तित्वं भ्रांतीमध्ये जगत असतात... आशा आणि द्वेषातून निर्माण होणाऱ्या भावनांच्या गुंत्यात गुरफटतात... पण ज्यांच्या पापांची अखेर झाली आहे, अशा सत्कृत्य घडवणाऱ्या व्यक्ती अशा भ्रांतीतून व गुंत्यातून मुक्त होतात आणि माझी निष्ठेने आराधना करतात.'*

मग मी स्वत:ला बजावलं की, जिंकण्याचा सर्वोत्तम मार्ग म्हणजे जिंकायलाच हवं अशी गरज न वाटणे आणि याच भावनेने मी त्या मुलाखतीला गेलो.

भारताच्या अवकाश कार्यक्रमाची प्रगती होत गेली, त्याचबरोबर मला अनेक लोकांसोबत काम करता आलं. या सगळ्या लोकांनी या कार्यक्रमाला मूर्तरूप देण्यात सहाय्य केलं आहे. भारतीय अवकाश संशोधन संस्थेशी माझा संबंध या संस्थेच्या स्थापनेपासूनचा आहे. या संस्थेच्या प्रगतीचा आलेख आणि तिने आपल्या देशासाठी बजावलेली सेवा बघताना आणि या संस्थेची उद्दीष्ट ठरवणाऱ्या व तिला दिशा देणाऱ्या व्यक्तींचं स्मरण करताना गीतेतला एक श्लोक आठवतो : *'फूल पाहा, ते किती उदारपणे सुगंध आणि मधुरस वाटत असतं. त्याचं कार्य पूर्ण झालं की, ते शांतपणे गळून पडतं. फुलासारखं होण्याचा प्रयत्न करा, सगळे गुण असूनही निरभिमानी!'*

अवकाश कार्यक्रमाचे दृढनिश्चयी, खंदे शिलेदार या फुलांसारखे होते – ते या संस्थेत आले, त्यांनी या संस्थेला दिशा दिली आणि नव्या संकल्पना व नव्या विचारांचा मार्ग खुला केला.

मी 'संरक्षण संशोधन व विकास संस्थेत (DRDO)' भारतीय क्षेपणास्त्र विकास कार्यक्रमात सक्रिय होतो. त्या वेळीसुद्धा मी अनेक बुद्धिमान व समर्पित वृत्तीने काम करणारे अभियंते व नेतृत्वस्थानी असलेल्या व्यक्तींसोबत काम केलं आहे. या व्यक्तींचं स्मरण करताना मला कुरआन मधले शब्द आठवतात :

> *'अल्लाह त्यांच्या इच्छेनुसार एखाद्याला मार्ग दाखवतात.'*

माझ्या व्यक्तिगत आयुष्यातसुद्धा या ग्रंथांनी मला दिलासा देत आयुष्यातील स्थित्यंतरं समजून घेण्यात साहाय्य केलं आहे. माझे आई-वडील दोघेही एक वर्षाच्या कालावधीत हे जग सोडून गेले. त्या वेळी दुःखातून सावरून मी रामेश्वरमच्या मशिदीत प्रार्थना केलेली आठवतेय. आई हे जग कायमचं सोडून जाण्याआधी आपण तिला वरचेवर का भेटायला आलो नाही, याचा पश्चात्ताप माझ्या मनात दाटला होता. पण काही वेळाने कुरआनमधील एक ओळ आठवली. तिने मला सांगितलं की, 'जीवाचं मरण अटळ आहे आणि ईश्वर हे एकमात्र स्थिरपद आहे.'

> *'तुमची संपत्ती आणि अपत्यं हा फक्त तुमचा मोह आहे. पण अल्लाह! सदैव त्याच्या सोबतीत राहण्यात शाश्वत आनंद आहे.'*

साहित्याच्या प्रांतातला कविता हा माझा एक अत्यंत आवडता साहित्यप्रकार आहे. टी. एस. ईलियट, लेविस

कॅरॉल आणि विल्यम बटलर यीटस यांच्या कविता विविध घडामोडींना संदर्भ व अर्थ देत माझ्या मनात पुन:पुन्हा गुंजत राहिल्या आहेत. विज्ञान क्षेत्रातील माझ्या प्रयत्नांच्या संदर्भात लेविस कॅरॉलच्या या ओळी किती समर्पक आहेत :

*कौशल्य, महत्त्वाकांक्षा आणि*
*सामर्थ्य*
*यांची पराकाष्ठा करू या!*
*दौर्बल्य दूर होऊन शक्ती*
*लाभेपर्यंत,*
*अंधारातून प्रकाश उजळेपर्यंत,*
*चुकीच्या बाबी बरोबर होईपर्यंत!*

मी अगदी पाठ मोडेपर्यंत तासन्‌तास अविरत काम करायचो, दिवस कधी आणि कसे संपतायेत तेसुद्धा कळायचं नाही. त्या वेळी सॅम्युअल टेलर कोलेरिज यांच्या शब्दांतून जणू माझ्याच मन:स्थितीचं वर्णन केलेलं आहे, असं वाटायचं :

*दिवसांमागून दिवस,*
*दिवसांमागून दिवस,*
*आम्ही जागीच स्तब्ध,*
*ना श्वास, ना हालचाल,*
*रंगवलेल्या जहाजासारखे;*
*जागीच रुतून*
*रंगवलेल्या महासागरावर....*

अंतिम कालमर्यादेची अशक्यप्राय भासणारी रेषा

गाठण्याचा प्रयत्न करत मला अनेकदा काम करावं लागलं आहे. आमचे सहकारी ग्रुप कॅप्टन नारायणन् क्षेपणास्त्र निर्मितीचं ध्येय साध्य करण्यासाठी अतिशय आतूर होते.

ते एकदा मला म्हणाले होते, "तुम्ही नुसतं सांगा, ती गोष्ट मी तुमच्यासमोर हजर करीन, पण फक्त मला वेळ मागू नका."

त्या वेळी मी त्यांच्या अधीर घाईला हसलो होतो आणि त्यांना टी. एस. ईलियटच्या या ओळी ऐकवल्या होत्या :

> संकल्पना आणि निर्मिती
> भावना आणि प्रतिसाद
> या दरम्यान पसरलेली असते,
> सावली अनिश्चिततेची....

माझ्यावर खोलवर प्रभाव टाकणाऱ्या काही लेखक व त्यांच्या रचनांचा मी इथं उल्लेख केला. हे सर्व जण माझ्यासाठी जुन्या सोबत्यांसारखे आहेत. दृढ परिचयाचे, सद्हेतू असणारे, धीर देणारे. माझ्या मनात कधी प्रवेश करायचा, ते त्यांना माहीत आहे. मी कुठल्या पेचात असेन, तर ते त्यांना समजतं. मी दुःखी आहे का चिंतनात मग्न आहे, तेही त्यांना कळतं. मी अतिशय आनंदात असतो, तेव्हासुद्धा ते माझ्या सोबत असतात. आज संपर्काच्या अत्यंत वेगवान व सोयीस्कर माध्यमांच्या युगात – जिथं केवळ 'बाईट'च्या तुकड्यांत माहिती मिळू शकते. अशावेळी लिखित साहित्याची जादू हरवू देता कामा नये.

पुस्तकांबद्दल लिहिलेली एक कविता मी तरुणांना बरेचदा वाचून दाखवतो. लिखित शब्दांबद्दलच्या माझ्या भावना

त्यातून व्यक्त झाल्या आहेत :

*ग्रंथ सदैव माझे मित्र आहेत,*
*गेल्या पन्नास वर्षांहून अधिक काळ*
*ग्रंथांनी मला स्वप्नं दिली,*
*स्वप्नांमधून जीवितध्येय गवसली*
*ग्रंथांनी मला ध्येयपूर्तीसाठी*
*आत्मविश्वासाने सज्ज होण्यास साहाय्य*
*केलं,*
*अपयशाच्या प्रसंगी ग्रंथांनीच मला ध्यैर्य*
*दिलं*
*उत्तम ग्रंथ माझ्या लेखी देवदूत होते,*
*एरवीही ते माझ्या काळजाला हळुवार*
*स्पर्श करतात*
*म्हणूनच मी माझ्या तरुण मित्रांना सांगतो,*
*ग्रंथांशी मैत्री जोडा!*
*ग्रंथ तुमचे उत्तम मित्र असतात!!*

'झळा ज्या लागल्या जीवा...'

मागच्या प्रकरणामध्ये मी अपयश व खिन्नता घेऊन येण्याच्या माझ्या काही पहिल्या अनुभवांबद्दल आणि त्यांनी मला जे शिकवलं, त्याबद्दल लिहिलं आहे. आता माझ्या लक्षात आलं आहे की, ही निराशा ओसरल्यानंतर आणि आपल्याला विशिष्ट दिशा गवसल्यानंतर हेच अनुभव आपली विचारसरणी बदलू शकतात. त्यांचा आपल्या अंत:शक्तीवर खोलवर प्रभावही असतो, असं मला वाटतं. अस्तित्वाशी निगडीत मुद्यांशी ते आपली थेट भेट घडवतात. असं घडतं तेव्हा आपण त्या घटनांचं दोन्ही हात पसरून स्वागत केलं पाहिजे. त्याप्रसंगी आपण दिलेल्या प्रतिसादाचेही विश्लेषण केले पाहिजे – आपण केवळ त्या घटनांच्या लाटा आपल्या अंगावरून जाऊ दिल्या की, आपण त्या गोष्टीत खोलवर बुडी घेऊन तिचा ज्ञानसंपादनासाठी उपयोग करून घेतला?

वेगळं सांगण्याची गरज नाही, पण बरेचदा मोठा आवाका असलेल्या घटना आपल्यामध्ये मूलभूत स्तरावर काही घटना घडवतात. आपल्या दृष्टीने सर्वांत महत्त्वाच्या असणाऱ्या लोकांच्या अपेक्षा व उच्च मापदंड गाठण्यात आपण जेव्हा अपयशी ठरतो किंवा कोट्यवधी लोकांच्या आयुष्यावर

परिणाम घडवणाऱ्या विषयाशी आपण संबंधित असतो किंवा एखादा जीवनमरणाचा प्रश्न असतो, अशा प्रसंगी आपली 'स्व'ची जाणीव आणि आपला 'अहम्' यांमध्ये खोलवर बदल घडतात.

माझ्या कार्यजीवनामध्ये मी अशा काही ठळक घटना सांगू शकतो. मी जेव्हा एसएलव्ही-३ (सॅटेलाइट लॉन्च व्हेइकल) आणि भारताचं पहिलं क्षेपणास्त्र – 'अग्नी' या प्रकल्पांच्या टीमचं नेतृत्व करत होतो. त्या वेळी माझ्याकडून व माझ्या टीमकडून प्रचंड अपेक्षा होत्या – सरकारच्याही आणि आपल्या देशातील जनतेच्याही! प्रसारमाध्यमांचंही – सध्याच्या तुलनेत कमी असेल पण – बारकाईने लक्ष होतं. एसएलव्ही-३ पहिल्यांदा 'लॉन्च' करताना अपयश आलं होतं आणि 'अग्नी' प्रकल्पातही अनेक चढउतारांना तोंड द्यावं लागलं होतं. अग्नीला तर 'लॉन्च' होण्याआधीच्या अडथळ्यांची शर्यत पार करावी लागली होती. या प्रकल्पांमध्ये मी आणि माझी टीम प्रचंड दडपणाखाली काम करत होतो. या प्रकल्पांमध्ये खूप काही पणाला लागलं होतं. पहिल्या प्रयत्नात हे प्रकल्प परिपूर्ण सिद्ध होऊ न शकल्यामुळे आम्ही आत्तापर्यंत विविध अडथळ्यांवर मात करून – अनेकदा मिळवलेलं यश जमेस धरलंच जात नव्हतं. त्या वेळी मी अपयशाच्या कारणांचा बारकाईने विचार आणि आत्मपरिक्षण करत होतो. ते दिवस माझ्या स्मृतींत कायमचे कोरले गेले आहेत. अशावेळी आपल्या मनावर त्याहीपेक्षा ठळकपणे कोरले जातात ती काही माणसं... ज्यांच्या सोबत आपण काम करतो, ज्यांना आपण ओळखतो किंवा आपल्या कल्पना व आरेखने प्रत्यक्षात साकारण्यासाठी आपण

ज्यांच्यावर अवलंबून असतो, अशी माणसं...! ही माणसं असामान्य समर्पणभाव दर्शवतात आणि या संपूर्ण प्रक्रियेत खूप सोसतातसुद्धा! माझ्या कार्यजीवनात मी हे प्रत्यक्ष अनुभवलं आहे आणि दरवेळी या अनुभवाने हललो आहे...! ते व्यक्त करायला माझ्याजवळ शब्द नाहीत.

१९६० आणि १९७०च्या दशकात मी 'थुम्बा इक्वेटोरिअल रॉकेट लॉन्चिंग स्टेशन (TERLS)'मध्ये कार्यरत होतो. डॉ. विक्रम साराभाई यांच्या मार्गदर्शनाखाली आम्ही अग्निबाण, एसएलव्ही आणि उपग्रह बनवत होतो. त्याचबरोबर आम्ही अग्निबाणांची 'पेलोड्स' बनवण्यासाठी देशभरातल्या प्रयोगशाळांसोबत काम करत होतो. आपल्या देशातील जवळ-जवळ सर्व प्रयोगशाळा अग्निबाण कार्यक्रमात सहभागी होत्या. प्रत्येक प्रयोगशाळेकडे स्वतंत्र काम आणि 'पेलोड' होतं. ही 'पेलोडस' अग्निबाणाच्या संरचनेशी मिळतीजुळती होणं गरजेचं होतं. 'पेलोड प्रिपरेशन लॅबोरेटरी'मध्ये माझे एक सुधाकर नावाचे सहकारी होते. एकदा आम्ही 'लॉन्च-पूर्व' वेळापत्रकानुसार काम करत असताना सोडिअम व थेरमाइटचं धोकादायक मिश्रण भरत होतो. पूर्व किनारपट्टीवरच्या थुम्बा या ठिकाणी नेहमीसारखंच त्या दिवशीही गरम आणि दमट हवामान होतं. सुधाकर आणि मी बराच वेळ काम करत होतो. हवेत प्रचंड उष्मा होता. पण आम्हाला त्याचं भानही नव्हतं. अशी सहा मिश्रणं भरून झाल्यानंतर आम्ही पेलोड रूममध्ये जाऊन ती मिश्रणं नीट भरली आहेत ना याची खातरजमा करून घ्यायचं ठरवलं. कदाचित कामात आकंठ बुडाल्यामुळे असेल, पण आम्ही विज्ञानातला एक मूलभूत नियम विसरलो : विशुद्ध सोडिअमचा पाण्याशी

संपर्क आला की, ते अत्यंत धोकादायक बनतं.

सुधाकर आणि मी ते मिश्रण तपासण्यासाठी खाली झुकलो तेव्हा सुधाकरच्या कपाळावर डवरलेल्या घामाचा एक थेंब त्यात पडला आणि आम्हाला काही कळायच्या आत प्रचंड स्फोट झाला आणि आम्ही दोघं मागे फेकलो गेलो. त्या स्फोटाने सगळी खोली हादरली. आम्ही दोघंही उडून पडलो. काही क्षण त्या धक्क्याने मी बधिर झालो होतो. आमच्या भयभीत डोळ्यांसमोर ती प्रयोगशाळा धडाडून पेटली. ती आग सोडिअममुळे लागली होती, त्यामुळे पाणी मारून चालणार नव्हतं. उलट त्यामुळे आणखी विध्वंस झाला असता.

नंतर मी या घटना पुन्हा आठवून पाहिल्या तेव्हा सगळं 'स्लो मोशन'मध्ये घडल्यासारखं वाटलं – तो अपघात... मग स्फोट... आणि अग्निकल्लोळ...!

वास्तवात हे सगळं अवघ्या काही सेकंदात घडलं होतं. मी स्वत:ला सावरून कसाबसा उभा राहिलो, पण सुधाकरने मात्र त्या वेळी विलक्षण प्रसंगावधान दाखवलं. त्याने पेलोड रूमची काचेची खिडकी नुसत्या हाताने फोडली. त्यानंतर निमिषार्धात तो माझ्याकडे वळला, त्याने आधी मला बाहेर ढकललं आणि मग स्वत: बाहेर उडी घेतली. हे सगळं अवघ्या काही मिनिटांत घडलं. त्या स्फोटाची तीव्रता आणि तो धगधगता अग्निकल्लोळ लक्षात घेतला, तर या साऱ्याचं गांभीर्य समजेल. पण त्यातूनही सुधाकरने आमच्या सुटकेचा विचार केला आणि माझा जीव वाचवला. या सगळ्यात तो प्रचंड घायाळ झाला. त्याला प्रचंड भाजलं होतं. शिवाय नुसत्या हाताने खिडकीचं तावदान फोडल्यामुळे त्याचा हातही रक्तबंबाळ झाला होता.

त्या खोलीत आगीच्या ज्वाळा उसळल्या होत्या. आम्ही दोघे धडपडत तिथून बाजूला झालो. मी सुधाकरचा हात हातात घेऊन मला वाचवल्याबद्दल त्याचे आभार मानले. त्याला प्रचंड वेदना होत होत्या, तरी त्याने हसून माझ्या शब्दांना पोच पावती दिली. त्याला बरेच दिवस दवाखान्यात राहावं लागलं. अखेर तो पूर्ण बरा झाला. माझ्या दृष्टीने हा माझ्या आयुष्यातला सर्वांत भयानक अपघात होता. त्याचबरोबर आयुष्यात प्रथमच मी जीव वाचल्याची भावना अनुभवत होतो. कुणीतरी आपला जीव वाचवण्यासाठी स्वच्छेने आणि समजून-उमजून स्वत:चा जीव धोक्यात घालतं, हा अत्यंत विनम्र करणारा अनुभव असतो. जे लोक मृत्यूच्या उंबरठ्यापर्यंत जाऊनही त्या संकटातून वाचतात त्यांच्या मनात भावनांचा अक्षरश: पूर दाटतो... त्यामध्ये सुटल्याची भावना, अपराधीपणा, कृतज्ञता अशा विविध छटा असतात. माझ्या बाबतीत तर अतिरिक्त जबाबदारीचीही जाणीव मनात होती. सुधाकरला जर स्वत:च्या सुरक्षेपेक्षा माझा जीव वाचवणं महत्त्वाचं वाटत होतं, तर मग आम्ही सगळे जण मिळून जे काम करत होतो, त्याला या घटनेमुळे अजिबात विलंब होता कामा नये याची मला अधिकच तीव्रतेने जाणीव झाली होती.

सुधाकरची ही धैर्यकथा माझ्यासाठी सदैव स्फूर्तिदायी राहिली आहे. आपण आयुष्यात छोट्या-छोट्या गोष्टींना महत्त्व देत आहोत असं जेव्हा लक्षात येतं, आपलं अधिक मोठ्या पदावरचं लक्ष बाजूला गेलंय असं जाणवतं – आपण अब्जावधी मनुष्यप्राण्यांपैकी एक आहोत आणि या विश्वात तर आपलं अस्तित्व सूक्ष्म कणाएवढं आहे. या वास्तवाचा जेव्हा विसर पडू लागतो – तेव्हा मी या असामान्य

माणसाचं स्मरण करतो. तो दिसायला आम्हा सर्वांसारखाच होता. आपलं काम करणारा आमच्यासारखाच एक शास्त्रज्ञ – पण त्याने मनातली सर्वांत मूलभूत भीती बाजूला सारली... आधी स्वत:चा जीव वाचवायचा या भावनेच्या तो पलीकडे गेला आणि त्याच्या हातून विलक्षण कृती घडली.

आणखी एक प्रसंग आहे, जो आठवला तरी अजूनही माझ्या काळजात कळ उठते. तो म्हणजे १९९९ सालची अरक्कोणम् विमान दुर्घटना. या दुर्घटनेने मी फार व्यथित झालो होतो. आजही माझ्या मनात त्या दु:खाची खोलवर सल आहे. त्या दुर्घटनेने माझा अहम् कायमचा बदलून टाकला. त्या दुर्घटनेनंतर मी या कामाचं महत्त्व जाणून कामाच्या ढीगाखाली स्वत:च्या भावना दडपून टाकल्या होत्या. त्यानंतर काही वर्षांनी मी माझ्या एका जिवलग मित्रासोबत पुस्तक लिहिण्याच्या निमित्ताने बोलत असताना त्याबद्दल माझ्या भावना व्यक्त करू शकलो होतो. आणि दु:ख, खेद अशा भावनांत न गुरफटता जे घडलं ते सांगू शकलो होतो.

११ जानेवारी, १९९९ रोजी बेंगलोरहून दोन विमानांनी अरक्कोणम्-चेन्नई किनारपट्टीच्या दिशेने झेप घेतली. ही 'एअरबोर्न सर्व्हेलन्स प्लॅटफॉर्म (ASP)'ची वैज्ञानिक मोहीम होती. यातलं एक होतं, 'ॲवरो.' त्यावर 'मोटोडोम' (म्हणजे त्या विमानावर 'डिश'सारखी एक यंत्रणा बसवलेली होती.) ही 'सर्व्हेलन्स' यंत्रणा बसवलेली होती. ते विमान १०,००० फूट उंचीवर गेलं आणि किनाऱ्याच्या दिशेने कूच करू लागलं. त्याच वेळी किनारपट्टीवर रडार चाचणी सुरू होती. ॲवरोच्या उड्डाणाआधी पंधरा मिनिटं एएन-३२ या विमानाने

भरारी घेतली होती. रडार चाचणीसाठी हेच विमान लक्ष्य होतं. या विमानचं उड्डाणही बेंगलोरहूनच झालं होतं. जवळजवळ दीड तास ही चाचणी सुरू होती आणि रडार यंत्रणेच्या कामगिरीबद्दल सगळेच खूश होते. दुपारी चारच्या दरम्यान एएन -३२ अरक्कोणम्‌ला उतरलं. त्याच दरम्यान ॲवरो एएसपी विमानसुद्धा अरक्कोणम्‌च्या दिशेने निघालं होतं. ते विमान १०,००० फुटांवरून ५,००० फुटांवर खाली येऊ लागलं होतं, तोवर सगळं ठीक होतं. पण ते एअरफिल्डपासून ५ नॉटिकल मैलांवर, समुद्रसपाटीपासून साधारण ३,००० ते ५,००० फुटांच्या दरम्यान कुठेतरी असताना त्याचं 'मोटोडोम' उडून पडलं. त्यामुळे अचानक विमानाचा तोल हरवला आणि क्षणार्धात ते कोसळलं. त्या विमानात असलेले सर्वच्या सर्व आठ जण मृत्युमुखी पडले.

मी त्या वेळी 'साउथ ब्लॉक'मध्ये 'डिफेन्स रिसर्च कौन्सिल'च्या बैठकीत होतो. तिथं ही दुःखद बातमी कळताच मी बैठक सोडून ताबडतोब विमानाने बेंगलोरला गेलो. तिथं एअर चीफ मार्शल ए. वाय. टिपणीससुद्धा आले होते. या घटनेनंतरचा हा काळ अतिशय व्याकूळ करणारा होता. मी या दुर्घटनेत मृत्युमुखी पडलेल्यांच्या घरच्यांना भेटायला गेलो होतो... त्यांच्या घरी तरुण पत्नी, काहींची तर तान्ही बाळं... मी त्यांचं काय सांत्वन करू शकणार होतो? संरक्षण सज्जतेच्या कारणाखाली तुमचा प्राणप्रिय पती, तुमचा लाडका मुलगा, हे जग कायमचं सोडून गेला म्हणून...? अघटिताचं भय वास्तवात उतरतं, तेव्हा आपण कुणाच्या दुःखावर फुंकर तरी घालू शकतो का?

एक तरुण माता तिच्या बाळाकडे पाहात म्हणाली, 'आता या बाळाचं आयुष्य कसं जाणार?' ...तेव्हा माझ्याजवळ

बोलायला शब्दच नव्हते. मी अतिशय हललो होतो.

त्यातल्या एकाच्या आईने मला विचारलेला प्रश्न आजही माझ्या काळजात रुतून आहे. ती म्हणाली होती, 'तुम्ही आमची ही अशी अवस्था का केलीत?'

तो अपघात इतका भयंकर होता की, त्या आठ जणांचा काही अवशेषसुद्धा मिळू शकला नाही. त्यांच्या कुटुंबांना दिलासा म्हणून आम्ही फक्त शवपेट्या तयार करू शकलो. आम्ही त्या हवाई दलाच्या हॉलमध्ये ठेवल्या होत्या. त्या वेळी मी कसेतरी चार शब्द बोललो... त्या दुपारी कामावर जाण्यासाठी घरातून बाहेर पडलेल्या, पण घरी कधीच परत येणार नसलेल्या त्या आठ जणांना निरोप देण्यासाठी!

त्या रात्री मी माझ्या खोलीवर परत आलो, तेव्हा प्रचंड शीणलो होतो. मनात दुःख, चिंता आणि अपराधी भावना दाटून आली होती. त्याच अवस्थेत मी डायरी लिहिली :

*दीप निरनिराळे असतात,*
*पण प्रकाश मात्र तोच असतो*
*तुम्ही जगाला ऐहिक आनंद*
*दिलेत,*
*तुम्ही माझ्या मनाच्या*
*सर्वांत आतल्या कप्प्यात*
*जपून आहात*

या दुर्घटनेला काही वर्षं लोटली. मी 'साउथ ब्लॉक'मधून राष्ट्रपती भवनात आलो. पण तिथंसुद्धा त्या विधवांचा आक्रोश, उद्ध्वस्त माता-पित्यांचा शोक, तान्ह्या बाळांचा

टाहो माझ्या कानांत सतत घुमत असायचा. या लोकांना आपल्या जिवलगांचं अखेरचं दर्शनसुद्धा घेता आलं नाही, त्या प्रतीकात्मक शवपेट्यांनाच अखेरचा नमस्कार करावा लागला. या गोष्टीने माझं काळीज विदीर्ण झालं होतं... आजही मी याचा विचार करतो, तेव्हा काळीज तुटतं...!

ज्या वेळी वैज्ञानिक व संरक्षण तंत्रज्ञानविषयक भव्य योजना आखल्या जातात त्या वेळी प्रयोगशाळा व प्रत्यक्ष कार्यस्थळांवर काम करणाऱ्या लोकांना काय त्याग करावे लागतात, याचा सत्तास्थानी असलेले लोक कधी विचार करतात का? केवळ राजकीय भाषणबाजीमुळे राष्ट्राची उभारणी होत नाही, तर त्याला त्याग, कठोर परिश्रम आणि सद्‌गुणांच्या सामर्थ्याची भक्कम जोड लागते. ही खऱ्या अर्थाने राष्ट्र उभारणी असते.

आपण इतरांच्या पुढे जाऊन सत्तास्थाने मिळवतो, आपण यशाच्या शिखरावर पोहोचलो, असं आपल्याला वाटतं. पण याचवेळी आपण मागे वळून पाहण्याची आणि ज्यांच्या कठोर मेहनत व त्यागांच्या जोरावर आपण आपले इमले रचले आहेत, त्यांच्या कार्याची महती ध्यानात घेणं गरजेचं आहे.

मी याबद्दल अरुण तिवारी या मझ्या मित्राशी बोलत होतो, तेव्हा त्यांनी विचारलं, 'तुम्ही काय संदेश द्याल?'

मी त्यावर उत्तरलो, "मेणबत्ती होण्याचा आव आणू नका, पतंग व्हा! सेवेमध्ये दडलेली शक्ती जाणून घ्या. आपण राजकारणाच्या बाह्य स्वरूपांमध्ये अडकून राहतो आणि त्यांनाच राष्ट्र उभारणीचं साधन मानण्याची चूक करतो. खऱ्या अर्थाने राष्ट्र घडवण्याचं श्रेय या त्याग,

कठोर परिश्रम यांनाच असतं, पण ते त्यांना क्वचितच दिलं जातं.'

आता मी या घटनांचा विचार करतो, म्हणजे केवळ त्यांच्या ताबडतोब घडणाऱ्या परिणामांचाच नव्हे, तर त्यापाठोपाठ घडणाऱ्या घटनांचा विचार करतो – म्हणजे सुधाकरला रुग्णालयात राहावं लागलं होतं... त्या दुर्घटनेत मृत्युमुखी पडलेल्या लोकांच्या कुटुंबीयांना सरकारकडून मिळालेली नुकसानभरपाई, तीसुद्धा प्रचंड दीर्घ प्रक्रियेतून पार झाल्यावर... या सगळ्या गोष्टींनी मला प्रचंड एकाकीपण घेरून येतं. मन जेव्हा दुःखाने झाकोळलेलं असतं, तेव्हा आपण खरोखर एकटे असतो. आणि त्याच वेळी तुम्हाला तुमचा खरा 'स्व' समजतो. आपण जाणिवेच्या अधिक व्यापक स्तरावर पोहोचलो आहोत, असं मला जाणवतं. अशावेळी जीवन आणि अस्तित्व यांच्या स्वरूपाबद्दलच्या प्रश्नांची उकल होते आणि ज्ञानाला नवी खोली प्राप्त होते. आपल्या सर्वांनाच आयुष्यात मृत्यू आणि काळीज तुटणाऱ्या घटनांचा सामना करवा लागत असतो, पण या पृथ्वीतलावरच्या माझ्या आठ दशकांच्या आयुष्यात जर मी काही शिकलो असेन, तर ते म्हणजे असे क्षणच आपले खरे मित्र असतात. आनंद तरल असतो, पण खरं सुख आणि शांती फक्त तीव्र दुःखाच्या अनुभवानंतरच लाभू शकते, ज्या वेळी आपण आपल्या आत्म्याच्या आरश्यात स्वतःला पाहतो आणि 'स्व' समजून घेतो त्याचवेळी!!

माझे गुरू :
डॉ. विक्रम साराभाई

आपल्या आयुष्यात निरनिराळ्या टप्प्यांवर गुरू आणि मार्गदर्शक भेटत असतात. मी लहान होतो, तेव्हा माझे आई-वडील आणि माझे शिक्षक हेच माझे गुरू आणि मार्गदर्शक होते. वाढीच्या निर्णायक महत्त्वाच्या वर्षांत माझा जिवलग मित्र व मेव्हणा अहमद जलालुद्दिन माझा गुरू आणि मार्गदर्शक होता. माझ्या करिअरच्या प्रारंभी मी डॉ. विक्रम साराभाईंसारख्या व्यक्तीच्या संपर्कात आलो, हे माझं परमभाग्य!

शास्त्रज्ञ, शिक्षणतज्ज्ञ, संस्थांची उभारणी करणारे द्रष्टे नेता डॉ. विक्रम साराभाई आधुनिक भारतातील एक थोर विचारवंत आणि कृतिशील व्यक्तिमत्त्व होते. त्यांच्यामध्ये कुशाग्र बुद्धिमत्ता आणि उत्तम नेतृत्वगुण यांचा विलक्षण संगम होता. स्वातंत्र्योत्तर काळात भारताच्या उदयोन्मुख अवकाश कार्यक्रमाची सूत्रं त्यांच्या हाती देण्यात आली, हे आपल्या देशाचं भाग्य होतं. त्यांच्याबद्दल व त्यांच्या कर्तृत्वाबद्दल खूप लिहिलं गेलं आहे. त्यांनी 'इस्रो'ची स्थापना केली. भारतीय अवकश मोहीम आखली. ते अणूऊर्जा आयोगाचे अध्यक्ष होते. त्यांनी अनेक उद्योग आणि अहमदाबादसह 'इंडियन इन्स्टिट्यूट ऑफ मॅनेजमेंट (IIM)'च्या

बऱ्याच शैक्षणिक संस्था उभारल्या. पण माझ्या नजरेतून बघता, ते या साऱ्यासह आणखीही खूप काही होते. त्यांच्या या साऱ्या अद्वितीय गोष्टींमुळे माझ्यासारख्या तरुण रॉकेट इंजिनीअरच्या दृष्टीने तर ते पूज्य व्यक्तिमत्त्व होते.

माझी त्यांच्याशी सर्वप्रथम भेट झाली, ती INCOSPARमध्ये मला रॉकेट इंजिनीअर पदाच्या मुलाखतीसाठी बोलावण्यात आलं होतं तेव्हा! या मुलाखतीसाठी मला बोलावणं येणं अगदी अनपेक्षित होतं. 'टाटा इन्स्टिट्यूट ऑफ फंडामेन्टल रिसर्च (TIFR)'च्या प्रोफेसर एम. जी. के. मेनन यांनी बेंगलोरमध्ये माझं नंदी हॉवरक्राफ्ट'चं काम पाहिलं होतं. त्यामुळे मला या मुलाखतीचं बोलावणं आलं होतं. त्या मुलाखतीबद्दल मला काहीच माहीत नव्हतं. ती कोण घेणार आहे याची ही कल्पना नव्हतीच. पण माझ्या ज्ञानाच्या कोणत्या क्षेत्रांची पारख होणार आहे, तेही नेमकं माहीत नव्हतं. त्यामुळे मी अगदी मोकळेपणे त्या मुलाखतीसाठी मुंबईला गेलो. त्याबद्दल फार काही अपेक्षा ठेवू नकोस, असं मी स्वत:ला बजावलं होतं. आयुष्याने मला यापूर्वीच धडा दिला होता की, जिंकण्याची तीव्र लालसा न ठेवता शांतवृत्तीने व खुल्या मनाने नव्या आव्हानांना सामोरे जावे.

डॉ. साराभाई, प्रोफेसर मेनन आणि श्री. सराफ यांनी माझी मुलाखत घेतली. श्री. सराफ अणूऊर्जा आयोगाचे उप-सचिव होते. हे तिघेही शास्त्रीय ज्ञानाचे भांडार होते. पण त्या खोलीत जे सहृदय, प्रेमळ वातावरण जाणवलं ते मोठं विलक्षण होतं. डॉ. विक्रम साराभाईंशी माझे भविष्यात जे भावबंध जुळणार होते, त्याचे पहिले काही धागे या मुलाखती दरम्यान गुंफले गेले. त्या मुलाखतीदरम्यान त्यांनी

माझी विचारप्रक्रिया आणखी जाणून घेतली. त्यांनी माझं ज्ञान किती आहे, हेच फक्त जोखलं नाहीतर मी माणूस म्हणून कसा घडलो आहे, व्यावसायिक व व्यक्तिगत स्तरावर माझी ध्येयं काय आहेत, प्रगतीच्या शक्यता काय आहेत, याही गोष्टी जाणून घेतल्या. त्यांचं वागणं अतिशय प्रोत्साहक आणि सहज होतं. ते माझं बोलणं ज्या पद्धतीने ऐकत होते, त्याचवेळी माझ्या मनाने ओळखलं की, हा माणूस केवळ एक अभियंता कामावर नेमत नाहियेे, तर तो अभियंता भविष्यात काय करू शकेल याचा अंदाज घेतोय. आणि म्हणून माझ्यासाठी वेळ खर्च करतोय, माझ्याबद्दल आस्था दाखवतोय. माझ्या व्यावसायिक जीवनात मला त्यांच्यासारखा डोंगराएवढा माणूस पहिल्यांदाच भेटत होता, जो देशाच्या अवकाश कार्यक्रमाच्या त्यांच्या भव्य कल्पनाचित्रात माझ्या विचार व स्वप्नांचे रंग भरू द्यायला तयार होता.

त्यानंतर मी INCOSPARमध्ये पदभार स्वीकारला आणि जणू माझं स्वप्न साकार झालं. माझ्या करिअरमधलं ते महत्वपूर्ण वळण होतं. मी त्या संस्थेत माझ्या भूमिकेत स्थिरावत होतो. ती संस्था समजून घेत होतो. तिथली कार्यपद्धती व माणसं जाणून घेत होतो. त्या वेळी माझ्या लक्षात येत होतं की, मी आधी काम करत होतो तिथल्यापेक्षा हे सगळं अगदी वेगळं आहे! इथलं वातावरण कितीतरी आरामदायी होतं. इथं अधिकार, परंपरा आणि बिरुदं तितकी महत्त्वाची नव्हती.

यानंतर काही काळातच मला डॉ. साराभाईंनी 'थुम्बा इक्वेटोरिअल रॉकेट लॉन्चिंग स्टेशन'ची स्थापना कशी केली, याची कथा ऐकायला मिळाली. ही कथा सांगायचा

मला कधीही कंटाळा येत नाही. कारण माझ्या दृष्टीने ही कथा म्हणजे विज्ञान व परमार्थनिष्ठा – माझ्या आयुष्यातील दोन प्रेरक शक्तिस्त्रोतांचा परिपूर्ण मिलाफ आहे.

सन १९६२मधील गोष्ट, डॉ. विक्रम साराभाई अवकाश संशोधन केंद्र स्थापन करण्यासाठी जागा शोधत होते. त्या दृष्टीने ते अनेक ठिकाणं पाहून आले होते. त्यासाठी दक्षिण भारतातील केरळमधलं 'थुम्बा' हे स्थान निवडण्यात आलं होतं. कारण ते विषुववृत्तीय प्रदेशाजवळ होतं आणि वातावरण संरचनेच्या अभ्यासाखेरीज वातावरणाच्या वरच्या थरातील – 'आयनोस्फिअरिक' संशोधनासाठी हे स्थान अतिशय योग्य होतं. (आयनोस्फिअर (ionosphere) म्हणजे रेडिओलहरी परावर्तित करणारा वातावरणातील थर.) डॉ. साराभाई थुम्बाला गेले होते, त्या वेळी त्या भागात बरीच खेडी आणि मासेमारी करणारे हजारो स्थानिक तिथं असल्याचं लक्षात आलं. तिथं सेंट मेरी मॅग्डलिन चर्च हे अतिशय सुरेख प्राचीन चर्चसुद्धा होतं. चर्चच्या जवळच बिशप महोदयांचं निवासस्थान होतं. संशोधनासाठी सोयीसुविधा उभारता येतील अशी जागा मिळवण्याच्या उद्देशाने डॉ. साराभाई अनेक राजकीय नेते व अधिकाऱ्यांना भेटले होते, पण मंजुरी मिळणे मुश्कील होतं. त्रिवेंद्रमचे बिशप-रेव्हरंड फादर डॉ. पीटर बर्नार्ड परेरा यांना भेटा असं त्यांना सांगण्यात आलं.

शनिवारी डॉ. साराभाई बिशपना भेटले. तेव्हा बिशप स्मित करीत त्यांना 'उद्या भेटायला या!' असं सांगितलं. दुसऱ्या दिवशी रविवार होता.

त्या दिवशी चर्चमध्ये प्रार्थनेनंतर बिशपनी तिथं जमलेल्या सभेला उद्देशून म्हणाले, "माझ्या मुलांनो, माझ्यासोबत

आज सुप्रसिद्ध शास्त्रज्ञ आले आहेत. त्यांना अवकाशशास्त्र संशोधनकार्यासाठी आपलं चर्च आणि माझं निवासस्थान हवं आहे. मुलांनो, विज्ञान तर्कसंगत सत्य शोधते. एका अर्थाने, विज्ञान आणि परमार्थनिष्ठा सत्कार्यासाठी एकच ईश्वरी कृपा मिळवू पाहत असतात. मग, आपण देवाचं हे स्थान वैज्ञानिक मोहिमेसाठी द्यायचं का?''

त्यांनी असं विचारताच, उपस्थितांमधून 'आमेन'चा गजर घुमला. त्यानंतर रेव्हरंड डॉ. पीटर बर्नार्ड परेरा यांनी ती चर्चची इमारत भारताच्या 'इस्त्रो' स्थापनेच्या राष्ट्रीय ध्येयाला अर्पण करण्याचा उदात्त निर्णय घेतला. त्या ठिकाणी आमचं डिझाइन सेंटर उभं राहिलं, तिथं आम्ही रॉकेटची जुळणी सुरू केली, तिथंच 'फिलामेंट वायंडिंग मशिन' आकाराला आलं आणि बिशप महोदयांचं निवासस्थान आम्हा शास्त्रज्ञांचं घर बनलं. तेव्हापासून ही चर्चची इमारत अतिशय प्रेमाने व काळजीपूर्वक जपली आणि सांभाळली गेली आहे. आपल्या अवकाश कार्यक्रमाची मुहूर्तमेढ कुठे रोवली गेली होती, याचं स्मरण ही इमारत आम्हा सर्वांना देत असते. सध्या तिथं 'भारतीय अवकाश वस्तूसंग्रहालय' आहे. त्यानंतर TERLSने विक्रम साराभाई अवकाश केंद्राची (VSSC) आणि संपूर्ण देशभरात बऱ्याच अवकाशकेंद्रांची स्थापना केली.

मी जेव्हा या प्रसंगाचा विचार करतो, तेव्हा उन्नत झालेले आध्यात्मिक व वैज्ञानिक नेते भव्य ध्येय साध्य करण्यासाठी किती एकदिलाने कार्य करू शकतात हे मला दिसतं. पुढे थुम्बामध्ये विक्रमी वेळात नवं चर्च आणि नव्या शाळा उभारण्यात आल्या. आधी TERLS आणि नंतर

VSSCच्या स्थापनेने भारत जागतिक दर्जाच्या अग्निबाण यंत्रणांची रचना, विकास व निर्मिती करण्यास सक्षम झाला. तसंच भारताने 'जिओ-सिन्क्रोनस', 'सन-सिन्क्रोनस' आणि 'हवामान शास्त्रविषयक अंतरिक्षयान', 'संपर्कविषयक उपग्रह' व 'रिमोट सेन्सिंग' उपग्रह सोडण्याची क्षमता विकसित केली. त्याद्वारे आपल्याला जलद संपर्क, हवमानाचा अंदाज याचबरोबर पाण्याचे स्रोत शोधणं शक्य झालं. आता डॉ. विक्रम साराभाई आपल्यात नाहीत आणि रेव्हरंड डॉ. पीटर बर्नार्ड परेराही नाहीत. पण मला हे दोघं फुलांसारखे वाटतात... इतरांच्या जीवनात अर्थ आणण्यासाठी फुलणाऱ्या फुलांसारखे!

भगवद्गीतेत याचं वर्णन आहे : फूल पाहा! ते किती उदारपणे सुगंध आणि मधुरस वाटत असतं. ते सर्वांना देत असतं, ते आपली प्रीती सर्वांना मुक्तपणे देत असतं आणि आपलं कार्य संपलं की, ते शांतपणे गळून पडतं. फुलासारखं होण्याचा प्रयत्न करा... सगळे गुण असूनही निरभिमानी!

आम्ही 'रॉकेट लॉन्चिंग'ची सोय कशी केली, याची ही कहाणी सर्व पिढ्यांसाठी स्फूर्तीदायी आहे. ही कथा आहे मनामनांचा मिलाफ घडवण्याची. अशा प्रकारे जगात कुठंही चर्चची जागा शास्त्रीय संशोधनासाठी दिलेली नाही. हे फक्त भारतातच घडलं आहे. हा महान संदेश सगळीकडे गेला पाहिजे की, 'धर्माचा सर्वोत्तम घटक परमार्थनिष्ठेत रूपांतरित होऊ शकतो आणि तो समाज घडवू शकतो.'

मी तिथं माझं काम करतच होतो, आता ते 'इस्रो' झालं होतं. आता माझा डॉ. साराभाईंशी वरचेवर संपर्क येत होता. ते थुम्बामध्ये सुविधा उभारून देशाच्या अवकाश कार्यक्रमाच्या

स्वप्नाला आकार देत होते. भारताने स्वत:चं एसएलव्ही तयार करणं आणि त्याच वेळी 'रॉकेट-असिस्टेड टेक-ऑफ सिस्टिम' म्हणजेच 'रॅटो' तयार करणं, हे त्यांचं स्वप्न होतं. या यंत्रणेद्वारे अत्यंत प्रतिकूल प्रदेशातूनसुद्धा लष्करी विमान उड्डाण करू शकणार होतं. त्यांच्या मनाच्या भराऱ्यांनी मी थक्क व्हायचो – त्यांच्या कल्पना सुस्पष्ट असत. आणि आपण कुणी कल्पनेतसुद्धा विचार करू शकणार नाही, अशा गोष्टी ते पाहू शकत असत.

डॉ. साराभाईंचे नेतृत्वगुण असे होते की, ते संस्थेतल्या सर्वांत कनिष्ठ माणसालासुद्धा उद्देशाची जाणीव आणि त्याच्या पूर्तीसाठी स्फूर्ती देऊ शकत असत. माझ्या मते ते थोर नेता बनले, ते अशाच काही मूलभूत गुणवैशिष्ट्यांमुळे! ते गुण असे :

पहिलं गुणवैशिष्ट्य, ते कायम दुसऱ्याचं ऐकून घ्यायला तयार असत. भारतीय संस्थांमध्ये बरेचदा प्रगतीत अडथळा ठरणारी गोष्ट म्हणजे उच्च पदांवरील व्यक्तींची त्यांच्यापेक्षा कनिष्ठ व हाताखालच्या लोकांचं ऐकून घेण्याची तयारी नसणे. सगळे निर्णय आणि कल्पना 'वरून खाली' अशाच पद्धतीने आल्या पाहिजेत, अशी ठाम समजूत असते. नेतृत्व आणि वरचश्मा यांतली सीमारेषा अगदी धूसर असते. डॉ. साराभाई आमच्यावर जो विश्वास टाकायचे त्याचं आम्हाला बरेचदा खूप आश्चर्य वाटायचं. INCOSPARमध्ये आम्ही सगळे अननुभवी तरुण पण अतिशय तळमळीने काम करणारे, उत्साहाने सळसळणारे अभियंते होतो. त्यांनी आम्हा सर्वांना स्वप्न दिलं आणि आम्ही त्या भव्य स्वप्नाचे घटकच आहोत, असा आम्हाला विश्वास दिला. अशा प्रकारे त्यांनी या तरुणाईच्या चैतन्याचा उपयोग करून

घेतला. त्यांच्या थुम्बा भेटीपूर्वी काही दिवस आम्ही झपाटून काम करायचो. ते येतील तेव्हा आमच्यातल्या प्रत्येकालाच त्यांना काहीतरी नवी प्रगती दाखवायची असे – मग ते एखादं नवं डिझाइन असो, बनवलेली एखादी नवी गोष्ट असो किंवा एखादी नवी प्रशासकीय प्रक्रिया असो. त्यांनी आम्हाला आमच्या बळावर नेतृत्व करण्यासाठी सज्ज केलं, तशी आमची जडणघडण केली.

दुसरं गुणवैशिष्ट्य म्हणजे, 'सर्जनशील विचारसरणी.' माझ्या मते उत्तम नेतृत्व करण्यासाठी हा गुण महत्त्वाचा असतो. डॉ. साराभाईंनी SLV आणि RATOच्या उभारणीचा निर्णय घेतला. त्या वेळी वरवर पाहता या दोन्हींमध्ये काहीही समान सूत्रं दिसत नव्हतं. पण काळाच्या ओघात पुन्हा एकदा त्यांचे विचार आणि सुरुवातीला निरुद्देश वाटणारी कार्ये यांचं प्रत्यक्षात घनिष्ठ सूत्र आहे. हे आम्हाला कळून चुकलं. हे माझ्या लगेचच लक्षात आलं होतं, त्यामुळे आपण आपल्या प्रयोगशाळेमध्ये दक्ष राहून आणि लक्ष केंद्रित करून काम करायचं असा मी निश्चय केला होता. कारण खूप अवघड आणि नेहमीपेक्षा वेगळी कामं माझ्याकडे सोपवली जाणार हे मला माहीत होतं. डॉ. साराभाईंनी भारताच्या अवकाश कार्यक्रमाचं अखंड, भव्य चित्र पाहिलं होतं. त्यामध्ये अग्निबाण, उपग्रह, लॉन्च व्हेइकल्स यांचे डिझाइन व निर्मिती आणि लॉन्च सुविधा अशा सर्व घटकांचा समावेश होता. अहमदाबादचे अवकाश विज्ञान व तंत्रज्ञान केंद्र आणि भौतिक संशोधन प्रयोगशाळेत अग्निबाण इंधने, प्रणोदन (प्रॉपल्शन) यंत्रणा, विमानविद्याशास्त्र व अवकाशयानाशी संबंधित साहित्य, अवकाशयानाशी संपर्क

ठेवणाऱ्या वा त्याचा माग काढत राहणाऱ्या यंत्रणा व उपकरणे यांच्या विकासासाठी व्यापक कार्यक्रम धडाक्यात सुरू झाला होता. डॉ. साराभाईंनी भारतात अग्निबाण तयार करण्याचं स्वप्न साकार करायला सुरुवात केली. त्या वेळी राजकीय नेतृत्वाबरोबरच त्यांनाही एक सवाल केला गेला: आपल्या देशातील बहुसंख्य जनता भूक व गरिबी या महासंकटांशी झुंजत असताना अशा कार्यक्रमाचं औचित्य काय? हा तो सवाल! जवाहरलाल नेहरू आणि डॉ. साराभाई या दोघांचंही या गोष्टीवर एकमत होतं की, याबाबत आपला देश प्रत्येक गोष्टीत स्वयंपूर्ण झाला, तरच तो जागतिक घडामोडींमध्ये अर्थपूर्ण भूमिका बजावू शकेल. वास्तव जीवनातील समस्यांचं निराकरण करण्यासाठी आपला देश प्रगत तंत्रज्ञान अवलंबण्यास सक्षम बनला पाहिजे, अशी आकांक्षा त्यामागे होती. त्यामुळे आपला 'अवकाश कार्यक्रम' ही मान्यवर देशांच्या गटांत सहभागी होण्याची निव्वळ आकांक्षा एवढंच त्याचं स्वरूप कधीच नव्हतं, तर तो दूरसंचार व दळणवळण, हवामानशास्त्र आणि शिक्षण या क्षेत्रांत आपल्या क्षमतांचा विकास साधण्याच्या आवश्यकतेचा उद्गार होता.

डॉ. साराभाईंमधील माझ्या लक्षात आलेलं तिसरं गुणवैशिष्ट्य म्हणजे 'टीमबांधणी'ची त्यांची क्षमता. मी माझ्या वैयक्तिक कार्यपद्धतीमध्येही त्यांचं अनुकरण करण्याचा प्रयत्न केला आहे. डॉ. साराभाईंजवळ एखाद्या कामासाठी सुयोग्य व्यक्ती शोधण्याचं विलक्षण कसब होतं. ते त्या व्यक्तीच्या पाठीशी ठामपणे उभे राहात, अगदी त्या व्यक्तीला त्या कामाचा काहीही अनुभव नसला तरीही. इतरांचं मनोधैर्य

उंचावण्याच्या त्यांच्या खास पद्धती होत्या – हा नेतृत्वस्थानी असलेल्या व्यक्तीमध्ये अत्यंत आवश्यक असलेला गुण आहे. विशेषत: आमच्या क्षेत्रांसारख्या क्षेत्रामध्ये... जिथं सतत प्रतिकूलतेला व अपयशांना तोंड द्यावं लागतं. तशी गरज असेल तेव्हा ते निरुत्साहजनक काळंकुट्ट चित्रसुद्धा तितकं काळं भासू द्यायचे नाहीत. आम्ही योग्य आहोत अशी त्यांची खातरी पटली, तर आम्हाला एखादं ध्येर्य पूर्णपणे साध्य करता आलं नाही, तरी ते आमचं कौतुक करायचे. आमच्या क्षेत्रात ताणतणाव असतातच, ते कमी करण्यासाठी ते मुक्तहस्ते विनोदाची पखरण करून वातावरण हलकंफुलकं ठेवायचे. या सगळ्यामुळे ते टीमबांधणी करू शकले, संस्था उभ्या करू शकले आणि या सर्वांची सदैव त्यांच्याप्रती व त्यांच्या स्वप्नाप्रती निष्ठा कायम रहिली. आपण या कार्यात योगदान देऊ शकतो, हे प्रत्येक जण ओळखून असायचा आणि आपल्या या योगदानाची दखल घेतली जाणार आहे, त्याची कदर होणार आहे, हेही सगळ्यांना माहीत असायचं.

त्यांचं सर्वांत महान गुणवैशिष्ट्य म्हणजे ‘अपयशापलीकडे पाहणं!’ मला एक प्रसंग आठवतो. ते एकदा थुम्बाला आले होते. त्या वेळी आम्ही एसएलव्हीच्या ‘नोज-कोन जेट्टीसनिंग मेकॅनिझम’चं प्रात्यक्षिक दाखवण्याची तयारी केली होती. योजना अशी होती की, डॉ. साराभाईंनी खटका दाबताच टायमर सर्किटद्वारे ‘पायरोसिस्टिम’ कार्यान्वित होणार होती. आम्ही त्यांना विनंती केल्यानुसार त्यांनी खटका दाबला, पण काहीच झालं नाही! मी हतबुद्धच झालो. माझे सहकारी प्रमोद काळे यांचीही तीच अवस्था झाली. टायमर सर्किट

त्यांनी बनवलं होतं. आम्ही ताबडतोब काय चुकलं ते शोधलं. त्या टायमर मध्येच काहीतरी गडबड झाली होती. मग आम्ही तो 'टायमर' काढून टाकला आणि सर्किट थेट 'पायरो'ला जोडलं. या खेपेला डॉ. साराभाईंनी खटका दाबताच पायरोज कार्यान्वित होऊन अपेक्षित गोष्टी घडल्या. डॉ. साराभाईंनी आमच्या कामाबद्दल आमचं अभिनंदन केलं, पण तिथून निघताना त्यांची मुद्रा विचारमग्न होती. त्या दिवशी सायंकाळी त्यांनी मला त्रिवेंद्रमच्या कोवलम पॅलेस हॉटेलमध्ये भेटायला बोलावलं. त्याप्रमाणे मी त्यांना भेटायला निघालो, पण मनात अस्वस्थता होती. त्यांनी माझं नेहमीसारखंच प्रेमाने स्वागत केलं. ते माझ्याशी 'रॉकेट लॉन्चिंग स्टेशन'बद्दल बोलले. मग ते सकाळच्या त्या प्रसंगावर आले. आता ते चांगली खरडपट्टी काढणार... मी मनाची तयारी केली होती. पण तसं काहीच घडलं नाही, उलट डॉ. साराभाईंनी आणखी सखोल मुद्यांवर गंभीर चिंतन केलं – 'आम्हाला कामाचा उत्साह नाहीये का ते आम्हाला तितकसं आव्हानात्मक वाटत नाहीये?' ते याबद्दल माझ्याशी बोलले. अखेर आम्ही त्या दिवशी सकाळच्या त्या अपयशाच्या कारणाप्रत येऊन पोहोचलो. आमच्या सगळ्या रॉकेट स्टेजेस व रॉकेट सिस्टिम्स या सर्व गोष्टी एकत्र आणण्यासाठी एका अशा स्वतंत्र विभागाची गरज आहे, जिथं आम्हाला स्वतंत्र पैसा लागू शकेल. त्या अपयशाचं कारण शोधल्यानंतर डॉ. साराभाई त्या दिवशी रात्री उशिरापर्यंत सगळ्यांच्या भूमिका पुन्हा ठरवण्याबद्दल आणि 'रॉकेट इंजिनीअरिंग विभाग' या नव्या विभागाची रचना करण्याबद्दल विचार करत होते.

मी याआधीही उल्लेख केला आहेच की, चुका आणि

अपयश हा प्रत्येक प्रकल्पाचा भाग असतो; विशेषत: आमच्या क्षेत्रांसारख्या क्षेत्रात! जिथं आम्ही अनेक यंत्रणांवर काम करत असतो, जिथं निरनिराळ्या टप्प्यांची जबाबदारी निरनिराळ्या टीम्सकडे असते, जिथं एखाद्या टप्प्यावरची लहानशी चूकसुद्धा वर्षानुवर्षांच्या कठोर मेहनतीवर पाणी पाडू शकते.

डॉ. साराभाईंनी या चुकांतूनच नव्या उपक्रमांचा व नव्या यंत्रणांच्या विकासाचा श्रीगणेशा केला. एखाद्या चुकीपलीकडे पाहून, त्यापलीकडे काय आहे, हे वाचण्याचं विलक्षण कसब त्यांच्या ठायी होतं. आम्ही अपयशाच्या भयाने हातपाय गाळून न बसता, त्या प्रकल्पावर हुकूमत गाजवावी यासाठी ते चुका कशा दुरुस्त करता येतील, याचा बारकाईने अभ्यास करत असत.

आज 'इस्रो'ने जगात स्वत:चं असं स्थान निर्माण केलं आहे. 'इस्रो'ने जागतिक दर्जाचे उपग्रह व रॉकेट लॉन्चर्स विकसित केले असून विज्ञान संशोधन, उपक्रम, शिक्षण आणि दूरसंचार व दळणवळण क्षेत्रांत आपल्या देशाची अमूल्य सेवा केली आहे. एवढंच नव्हे, तर या संस्थेने चंद्रावर 'चांद्रयान १' हे 'ऑरबिटर' पाठवलं आणि आता लवकरच मंगळावरही पाठवणार आहे. हा सर्व वेलू बहरला आहे, तो डॉ. साराभाईंनी रोवलेल्या बीजांतून! आणि सतीश धवन व त्यांच्यानंतर या संस्थेच्या अध्यक्षपदाची धुरा सांभाळणाऱ्या व्यक्तींच्या संगोपनामुळे!

माझं विक्रम साराभाईंशी असलेलं नातं अत्यंत भावनिक आणि बौद्धिक होतं. त्यांनी टीमचं नेतृत्व करण्याची जबाबदारी मोठ्या विश्वासाने माझ्यावर सोपवली होती. ही टीम भारताला

विज्ञान व संरक्षण क्षेत्रांत अधिकाधिक स्वयंपूर्ण बनवणाऱ्या यंत्रणांची रचना व विकास करणार होती.

त्यांनी त्यांच्यासमोर बसलेल्या, त्यांच्या प्रश्नांची उत्तरं प्रामाणिकपणे व स्पष्ट-स्वच्छ देणाऱ्या तरुणाला त्यांच्या पंखांखाली घेतलं. आणि अग्निबाण व क्षेपणास्त्रं तयार करण्याचं स्वत:चं स्वप्न त्याच्याशी 'शेअर' केलं. कोणत्याही अडचणीच्या प्रसंगी अथवा कधी कसली शंका असेल, तेव्हा ते माझ्या पाठीशी ठामपणे उभे राहिले... अपयशाच्या क्षणीही आणि यशातही! त्यांनी मला मार्गदर्शन केलं. गरज असेल तेव्हा मला योग्य दिशा दाखवली. जेव्हा मी गोंधळून जायचो, तेव्हा मला मार्ग दाखवला. ते अलौकिक व्यक्तिमत्त्व होतं. त्यांच्या छत्रछायेखाली मी वाटचाल करू शकलो, हे माझं भाग्य आहे.

डॉ. साराभाईंचं निधन हा माझ्यावर फार मोठा आघात होता. हा आघात अत्यंत अनपेक्षित होता. १९७१ सालच्या डिसेंबर महिन्यातली गोष्ट. मी त्यांना दिल्लीहून फोन करून, मी तिथं क्षेपणास्त्र मंडळाच्या ज्या बैठकीला गेलो होतो, त्याचा वृत्तान्त सांगितला. त्या वेळी ते थुम्बामध्ये होते. त्यांनी मला दिल्लीहून परत येताना त्रिवेंद्रमच्या विमानतळावर भेटायला यायला सांगितलं होतं. कारण ते लगेच मुंबईला जाणार होते. पण ही भेट कधीच होऊ शकली नाही. मी काही तासांतच त्रिवेंद्रम विमानतळावर उतरलो तोवर बातमी आली – डॉ. साराभाईंचं हृदयक्रिया बंद पडल्याने निधन झालं होतं. आमचं फोनवर बोलणं झालं त्यानंतर तासाभरातच ते हे जग सोडून गेले होते. ज्या माणसाने शास्त्रज्ञ आणि इंजिनीअर घडवले – जे देशाच्या महत्त्वाच्या विज्ञानप्रकल्पांची

धूरा सांभाळणार होते – तोच माणूस, एक महान शास्त्रज्ञ आणि नेता आम्हाला कायमचं पोरकं करून गेला होता. पण जाण्याआधी त्यांनी आम्हाला पुरेपूर ज्ञानसंचित, आत्मविश्वास आणि सगळ्या प्रकारची आव्हाने पेलण्यासाठी आवश्यक असलेली दूरदृष्टी दिली होती. आता आम्ही सर्वांनी स्वतःची खरी ताकद ओळखणं – जी त्यांनी पहिल्या भेटीतच हेरली होती – हीच त्यांना खरी श्रद्धांजली ठरेल, असं मला वाटतं.

माझ्या आयुष्यात हा बहुधा संकेतच असावा की, माझ्या सर्वांत जवळच्या व्यक्ती अकस्मात कायमच्या निघून जातात, जरासुद्धा कल्पना न देता. यातून मी काय शिकलो सांगू?

माझ्यापासून हिरावल्या गेलेल्या प्रत्येक व्यक्तीसोबत माझ्या अस्तित्वावर दुःखाचा एक नवा थर चढत गेला आहे, दरवेळी मी या व्यक्तींमधलं काही ना काही स्वतःमध्ये भिनवण्याचा प्रयत्न केला आहे – मग ते बिनशर्त प्रेम असो, दयाळू वृत्ती असो वा निष्ठा!

डॉ. साराभाईंच्या बाबतीत सांगायचं तर, मला मिळाली त्यांची भविष्याचा वेध घेण्याची कुवत... योजना आखण्याची, तिला आकार देण्याची, निर्मिती करण्याची क्षमता! मी माझ्या कार्यामध्ये आणि माझ्यावर ज्या विविध जबाबदाऱ्या सोपवण्यात आल्या त्या पार पाडताना मला त्या कुवतीचा अंश जरी सिद्ध करता आला असेल, तरी मी भारतातील या थोर द्रष्ट्या व्यक्तीच्या अपेक्षा पूर्ण करण्यात यशस्वी झालो असं समजेन.

विज्ञान जगतात आयुष्य वेचताना...

१९९८ साली भारताने पोखरणमध्ये दुसरी अणुचाचणी केली. हा कार्यक्रम विकसित करण्यात माझा सहभाग होता – त्या वेळी मला विविध विशेषणं बहाल करण्यात आली होती. माझा राष्ट्रपतिपदाचा कार्यकाल पूर्ण झाल्यानंतर आज इतक्या वर्षांनंतरही त्यातील एक विशेषण माझी सोबत करत आहे. ते म्हणजे –'मिसाईल मॅन.' मला हे नामाभिधान ऐकून मजा वाटते. कारण मी जशा प्रकारचा विज्ञाननिष्ठ मणूस आहे... 'अ मॅन ऑफ सायन्स' तशा माणसाचं हे बिरुद असण्यापेक्षा मला ते एखाद्या लहान मुलाचं असावं, तसं वाटतं. तरीही, त्यामध्ये माझ्या देशवासियांच्या प्रेमाचा आणि आदराचा वर्षाव जाणवतो. माझ्या लेखी ते माझ्या विज्ञान, रॉकेटरी व इंजिनीअरिंगच्या क्षेत्रातील उत्तुंग कामगिरीचं प्रतीकही आहे. या प्रवासाची सुरुवात भूतकाळात खूप मागच्या पानांवर झाली होती... खूप मागच्या पानांवर... आज मी मागं वळून पाहतो, तेव्हा हे सगळं माझ्या बाबतीतच घडलेलं आहे का मी कुठल्या पुस्तकात दुसऱ्याच कुणाची कथा वाचतोय, असं मला वाटतं. पण या सगळ्या गोष्टींनी मी माणूस म्हणून घडत गेलो. ज्याने विज्ञानाची कास धरली... अणि आज या

साऱ्याचं स्मरण म्हणजे, प्रवाहाच्या उलट्या दिशेनं गेल्यासारखं वाटतं... नदी सागराला मिळते, त्या त्रिभूज प्रदेशापासून तिच्या मूळ उगमापर्यंत प्रवास केल्यासारखं वाटतं.

अनेक अर्थांनी माझं खरं शिक्षण सुरू झालं, ते मी रामेश्वरमहून रामनाथपुरमच्या शाळेत दाखल झालो तेव्हापासून! मी याआधी नमूद केल्याप्रमाणे, त्या वेळी मी रामेश्वरमच्या, माझ्या आईच्या आणि माझ्या परिचयाच्या इतर साऱ्याच्या उबदार पंखांखालून बाहेर पडून पहिल्यांदाच बाहेरच्या जगात आलो होतो. मी छोट्या गावातून आलेला अतिशय बुजरा मुलगा असल्यामुळे मला बोलायचीसुद्धा भीती वाटायची. मला विज्ञानातील नवलांची पहिलीवहिली झलक कळली, ती श्वार्टझ् हायस्कूलमध्ये! तिथं मला या गोष्टी अशा पद्धतीने समजावून दिल्या गेल्या की, माझं मन प्रफुल्लित झालं. त्या वेळी शाळेत रेव्हरंड ईयादुराई सॉलोमन नावाचे शिक्षक होते. त्यांचे माझ्याशी अतिशय मोकळेपणाचे व विश्वासाचे भावबंध जुळले होते. त्यांच्यामध्ये मला मार्गदर्शक भेटला... जो मला पुढचा मार्ग दाखवण्यासाठी गरजेचा होता.

मला पक्षी आभाळात भरारी घेतात या गोष्टीचं फार आकर्षण होतं. मी तासन्तास आभाळात विहरणारे पक्षी पाहात असायचो. ते कोणत्या पद्धतीने उडतात, कोणत्या मार्गाने जातात, कसे जातात, ते निरखत असायचो. आपणही भरारी घ्यावी आणि जणू पक्षीच व्हावं, ही आकांक्षा माझ्या मनात लहान वयातच निर्माण झली होती. एके दिवशी उड्डाणाचं भौतिकशास्त्र शिकवताना रेव्हरंड ईयादुराई सॉलोमन यांनी आम्हा काही विद्यार्थ्यांना समुद्रकिनारी नेलं. तिथं त्यांनी आम्हाला पक्षी दाखवले. लाटांच्या गर्जना आणि

आमच्या आजूबाजूला घिरट्या घालणारे बगळे, करकोचे अशा समुद्रपक्षांचे कर्कश चीत्कार ऐकत आम्ही किनाऱ्यावर उभे होतो. तिथं त्यांनी आमच्यासमोर एअरॉडायनामिक्स, एअरॉनॉटिकल डिझाइन, जेट-स्ट्रीम्स, एअरफ्लोज अशा गोष्टींचं नवं विश्वच खुलं केलं. त्या वेळी आम्ही साधारण पंधरा वर्षांच्या जवळपास वयाची मुलं होतो. माझ्यासाठी तर तो विज्ञानाचा आजवर शिकलेला सर्वांत महत्त्वाचा धडा होता. त्यावेळपर्यंत माझ्यासाठी जो आकर्षणाचा विषय होता, तो अचानकपणे मनात स्पष्ट झाला. नीट समजावून घेता आला. त्यावेळपर्यंत मी जणू धूसर काचेच्या खिडकीतून जग पाहात होतो. आता ती खिडकी सताड उघडली होती आणि मी डोळे विस्फारून जग पाहत होतो. मला आणखी जाणून घ्यायची तहान लागली होती.

माझी शाळा संपल्यानंतर मी तिरुचिरापल्लीच्या सेंट जोसेफ कॉलेजमध्ये गेलो. तिथं असे अनेक प्रसंग माझी प्रतिक्षा करत होते. आपण मनाची द्वारं आणि कान उघडे ठेवण्याची गरज आहे. तसंच आपल्या बुद्धीला धार लावण्याची, चित्त एकाग्र करण्याची गरज आहे. आपल्या समोर येणारी कोणतीही गोष्ट आपण शिकू शकतो, आत्मसात करू शकतो – त्यात अशक्य असं काहीच नाही, हे माझ्या याआधीच लक्षात आलं होतं. सेंट जोसेफ कॉलेजमध्ये प्रोफेसर चिन्नादुराई आणि प्रोफेसर कृष्णमूर्ती यांनी अणूभौतिकशास्त्रातल्या संकल्पनांशी परिचय घडवला त्या वेळी मी प्रथमच दृष्टिआड असलेल्या द्रव्य (Matter) जगताबद्दल आणि आपल्याभोवती सर्वत्र घडणाऱ्या नाशाचा विचार करू लागलो.

मी वस्तूंचा अर्ध-आयुष्य काल (Half-life periods) आणि किरणोत्सारी अपक्षय (Radioactive decay) याबद्दल शिकलो आणि अकस्मात, मला जग अगदी वेगळंच भासू लागलं... आधी ते जसं ठोस स्थायी स्वरूपाचं वाटायचं, त्यापेक्षा खूप निराळं! त्याजोडीने मी विज्ञान व अध्यात्म यांतील तथाकथित द्विविधतेबद्दलही विचार करू लागलो. ते जसे वेगवेगळे मानले जातात, तसे ते खरंच वेगवेगळे आहेत का? अणूपेक्षाही सूक्ष्म कण अस्थिर होऊ शकतात आणि किरणोत्सारिता व नवे केंद्र होण्याची प्रक्रिया म्हणजेच 'डिसइन्टिग्रेट' होऊ शकतात, तर ते संपूर्ण मानवी जीवनापासून कसे दूर करता येतील? विज्ञान सगळ्या नैसर्गिक घटनांचं उत्तर देते. आणि अध्यात्म विश्वाच्या पसाऱ्यात असणारं आपलं स्थान समजावून देण्यात मदत करते. कुणी त्याकडे गणित आणि सूत्रांच्या ठोस गृहीतांनुसार पाहिलं, तर अध्यात्माने तेच माणसाच्या 'स्व'चा सखोल शोध घेऊन, मनाची व हृदयाची द्वारं खुली करून त्यामार्फत केलं. हळूहळू माझ्या समोरचं धुकं हटून चित्र स्पष्ट होत गेलं की, आता जे माझं विश्व बनत आहे, ते आणि माझ्या वडिलांचं जग परस्परांपासून वेगळी नाहीत.

तिरुचिरापल्लीहून मी एअरॉनॉटिकल इंजिनीअरिंगच्या अभ्यासासाठी एमआयटीमध्ये गेलो. तिथं वापरात नसलेली दोन विमानं अभ्यासासाठी ठेवली होती. त्या विमानांनी माझ्या मनात मानवाच्या आकाशभरारीच्या मोहमयी दुनियेबद्दल सगळं जाणून घेण्याची इच्छा पुन्हा जागृत झाली. एखाद्या पतंगाने ज्योतीकडे आकर्षित व्हावं, तसा मी तिकडे खेचला गेलो. एमआयटीमध्ये तीन शिक्षकांनी माझ्या या आकांक्षेला पंख दिले. तिथूनच माझी ही आकांक्षा वास्तवात साकार

होण्याच्या दिशेने निघाली. हे तीन शिक्षक म्हणजे प्रोफेसर स्पॉन्डर – ते ऑस्ट्रेलियन होते. त्यांनी आम्हाला तांत्रिक एअरॉडायनॅमिक्स शिकवलं. प्रोफेसर के. ए. व्ही. पन्डलाई – त्यांनी एअरॉस्ट्रक्चर डिझाइन व त्याचा तपशीलवार अभ्यास शिकवला. आणि प्रोफेसर नरसिंग राव यांनी सैद्धान्तिक एअरॉडायनॅमिक्स शिकवलं

'एअरॉनॉटिक्स' हा विषय किती आकर्षक आहे. ते या तीन शिक्षकांनी मला दाखवलं. मी फ्ल्युईड डायनॅमिक्स, मोड्स ऑफ मोशन, शॉक वेव्हज्, शॉक वेव्ह ड्रॅग... अशा विलक्षण गुंतागुंतीच्या जगात हरवून गेलो होतो. त्याचवेळी विमानांची रचनात्मक वैशिष्ट्ये माझ्यासमोर स्पष्ट होत होती. बायप्लेन्स, मोनोप्लेन्स, टेललेस प्लेन्स यांसह या विषयाचा मी अतिशय आवडीने अभ्यास करत होतो.

मी एमआयटीत असताना अनेक प्रसंगी विज्ञान जगतात बुडून जायचो. त्याच दरम्यान आपल्या देशात वैज्ञानिक प्रगतीवर भर दिला जात होता. खुद्द पंतप्रधान जवाहरलाल नेहरूसुद्धा याबाबतीत आग्रही होते. माझ्या आजूबाजूला सगळीकडे, विशेषत: एमआयटीसारख्या शिक्षणसंस्थेत आम्हाला पारंपरिक विचारपद्धती मागे सोडून, हे नवं वातावरण स्वीकारण्यास प्रोत्साहन देत आहेत, असं माझ्या लक्षात येत होतं. ज्ञानसंपादनासाठी शास्त्रीय पद्धती वापरणं, हा सर्वोत्तम मार्ग होता. मी रामेश्वरमच्या अत्यंत धार्मिक वातावरणात वाढलेला असल्यामुळे मला हे फारच अवघड वाटायचं. मी विज्ञान आणि अध्यात्म यांच्या एकरूपतेबद्दलच्या माझ्या आधीपासूनच्या मिणमिणत्या कल्पनांनाच आकार देत असायचो. ज्ञान व सत्याचा एकमेव स्रोत म्हणजे संवेदनांद्वारे

होणारे आकलन – ही गोष्टच मला पचत नव्हती. खरं सत्य ऐहिक जगतापलीकडे असतं... आध्यात्मिक प्रातांत आणि 'स्व'च्या शोधातच खरं ज्ञान दडलेलं असतं – अशी मला लहानपणापासून शिकवण मिळाली होती. आणि आता तर मी दुसऱ्याच अशा एका जगताचा हिस्सा बनत होतो...! ज्यात सत्यतेचा पुरावा, प्रयोग आणि सूत्रे महत्वाची असतात.

हळूहळू मी यासंदर्भात स्वत:ची भूमिका ठरवायला शिकलो. अर्थात ते मला स्पष्टपणे कळायला बरीच वर्षं जावी लागली.

मी एमआयटीतून इंजिनीअर होऊन बाहेर पडलो, तेव्हाही मला अग्निबाण व क्षेपणास्त्रे याबद्दल बरंच शिकायचं होतं... भविष्यात माझं करिअर या क्षेत्रात – तर घडणार होतं! पण त्या वेळी मला फक्त इतकंच कळत होतं की, माझ्यासमोर भव्य जग अभ्यासासाठी खुलं आहे. आणि आपण त्यामध्ये गगनभरारी घ्यायची आहे, असा माझा निश्चय होता.

काही वर्षं 'डीटीडी ॲन्डपी (एअर)'मध्ये काम केल्यानंतर मी बेंगलोरच्या 'एअरॉनॉटिकल डेव्हलपमेंन्ट एस्टॅब्लिशमेंट (ADE)'मध्ये रूजू झालो. 'डीटीडी ॲन्डपी (एअर)'मध्ये मी विविध टीम्समध्ये काम केलं होतं. त्या ठिकाणी 'व्हर्टिकल लॅन्डिंग' व 'टेक-ऑफ प्लॅटफॉर्मस'पासून ते ज्याला 'हॉट कॉकपिट' म्हटलं जातं, अशा यंत्रणेपर्यंत विविध यंत्रणांची रचना व बांधणी केली जाते. एडीएमध्ये आल्यानंतर माझ्या लक्षात आलं की, काहीतरी नवं घडवण्याची आणि शून्यातून काहीतरी निर्माण करायला शिकण्याची आपल्याला ही पहिली मोठी संधी आहे. माझ्या करिअरमध्ये अशी संधी पुन:पुन्हा येण्याचा संकेत होता. एडीएमध्ये हॉव्हरक्राफ्ट

तयार करण्याचं ठरवण्यात आलं. त्याची रचना व निर्मिती इथेच होणार होती. या कामी 'ग्राउन्ड-हॅन्डलिंग इक्विपमेंट'च्या माझ्या प्राथमिक ज्ञानाचा उपयोग होणार होता. एडीएचे डायरेक्टर डॉ. मेदिरत्ता यांनी हे ग्राउन्ड इक्विपमेंन्ट मशीन (GEM) बनवण्यासाठी चौघांची टीम बनवली व त्याचं प्रमुखपद माझ्याकडे दिलं.

हे आमच्यासमोर शिवधनुष्य पेलण्यासारखं आव्हान होतं. यासंदर्भात फारसं साहित्य उपलब्ध नव्हतं किंवा जिचा आम्ही काही सल्ला घेऊ शकू, अशी या तंत्रज्ञानाचा अनुभव असलेली कुणी व्यक्तीही नव्हती. यासंदर्भात आम्हाला वापरता येण्याजोगी आधी बनवलेली कुठली डिझाइन्स किंवा प्रमाण घटकही नव्हते. थोडक्यात आपल्याला एक उडतं यंत्र यशस्वीरित्या बनवायचं आहे, एवढं सोडलं तर बाकी आम्हाला काहीच माहीत नव्हतं. आणि इतर कुणाची फरशी मदतही घेता येणार नव्हती. आता मी याचा विचार करतो, तेव्हा असं वाटतं की, ज्या अभियंत्यांच्या टीमने कधी कुठलं यंत्रसुद्धा बनवलं नव्हतं, मग उडतं यंत्र ही तर दूरचीच गोष्ट, त्यांच्या दृष्टीने हे प्रचंड मोठं आव्हान होतं. आम्हाला हे काम पूर्ण करण्यासाठी तीन वर्षांचा कालावधी देण्यात आला होता. आमचे पहिले काही महिने, नुसते चाचपडण्यातच गेले. आम्ही ठोस काहीतरी घडवण्याचा प्रयत्न करत होतो. मग एका क्षणी मी ठरवलं की, आपण उपलब्ध सामग्रीनिशी पुढे जायचं आणि जे होईल, ते स्वीकारायचं. हे इतकं प्रचंड मोठं आव्हान असलं, तरी मला ते परमप्रिय होतं. आणि त्याने माझ्या कल्पकतेला पंख दिले होते. काही महिन्यांनी आम्ही डिझाइन प्रक्रियेवरून विकासाच्या टप्प्यापर्यंत पोहोचलो.

एव्हाना मी अधिक सकारात्मक आणि आत्मविश्वास संपन्न झालो होतो, तरी अजून माझी छोट्याशा गावातली मध्यमवर्गीय मूळं मनात कायम होतीच. इतरांना काम सांगायचं, त्याच वेळी वरिष्ठ सहकाऱ्यांचे प्रश्न व शंका यांना तोंड द्यायचं... अशा जगतात मी ढकलला गेलो होतो. अग्नीत तावून-सुलाखून निघणाऱ्या लोखंडासारखीच माझी अवस्था होती. माझ्यासारखे लोक – जे मुळात बुजरेच असतात, त्यात भरीला शहरी वातावरणात वाढलेल्या सहकाऱ्यांपेक्षा निराळ्या पार्श्वभूमीतून आलेले असतात – कशामुळे अथवा कुणामुळे तरी मंचावर ढकलले जात नाहीत, तोवर मागे-मागेच राहण्याच्या वृत्तीचे असतात. मला कळून चुकलं होतं की, मला तो 'धक्का' मिळाला आहे. त्यामुळे आपलं सगळं ज्ञान, कल्पकता, कौशल्य वापरून हा हॉव्हरक्राफ्ट प्रकल्प यशस्वी करायचाच, असा माझा निश्चय होता. या प्रकल्पासाठी लागणारा वेळ आणि पैसा बघता त्यांच्या औचित्याचा प्रश्न उपस्थित करणारे अनेक जण या संस्थेमध्ये होते – त्यांनी या प्रकल्पातील माझ्या भूमिकेबद्दलही प्रश्नचिन्ह उपस्थित केलं होतं. पण मी आणि माझी टीम पुढे बघून आमचं काम करत राहिलो. हळूहळू, टप्प्याटप्प्याने रचना आकाराला येऊ लागली. एमआयटीमध्ये असताना प्रोफेसर श्रीनिवासन यांनी मी केलेलं डिझाइन नाकारल्यानंतर मी अवघ्या दोन रात्रीत पूर्ण काम पुन्हा नव्याने केलं होतं, तेव्हाचाच अनुभव मला पुन्हा एकदा आला –आपलं मन किती लवचिक असतं... विश्वास बसत नाही इतकं लवचिक! तुम्ही जितकं ताणाल तितकं ते ताणतं. आणि एकदा ते खुलं झालं की, त्याला सीमाच नसते – परिणामी तुम्हाला स्वत:बद्दल जो विश्वास लाभतो, तो तुमच्यापासून कुणीही

हिरावू शकत नाही.

या प्रकल्पाचं नामकरण करण्यात आलं – नंदी! तत्कालीन संरक्षणमंत्री व्ही. के. कृष्ण मेनन यांचा त्याला आशीर्वाद लाभला. भारताच्या संरक्षणसिद्धतेचा हा आरंभ आहे, असा त्यांना ठाम विश्वास होता. ते आमच्या कामावर बारकाईने लक्ष ठेवून होते. एक वर्षानंतर त्यांनी आमच्या कामाचा आढावा घेतला. त्या वेळी त्यांनी डॉ. मेदिरत्तांना सांगितलं होतं की, कलाम आणि त्यांची टीम नक्कीच यशस्वी होईल.

आणि खरंच आम्ही यशस्वी झालो! आम्हाला दिलेला तीन वर्षांचा कालावधी पूर्ण होण्याआधीच आम्ही ते यशस्वीरित्या कार्यान्वित केलं. आता आम्ही ते मंत्रिमहोदयांना दाखवू शकणार होतो. कृष्ण मेनन यांनी नंदीमधून सफर केली. त्यांच्या सुरक्षायंत्रणेच्या मर्जीविरुद्ध मी त्याचं सारथ्य केलं होतं. त्या वेळी मला आपलं ज्ञान व टीमच्या एकत्रित कामगिरीच्या आधारे काहीतरी निर्मिती घडवण्यातला – तोसुद्धा देशातली पहिलीवहिली असणारी गोष्ट घडवण्यातला – विशुद्ध आनंद आणि थरार काय असतो, ते कळलं.

दुर्दैवाने नंदीच्या कहाणीचा सुखान्त झाला नाही. कृष्णा मेनन पदावरून दूर झाल्यानंतर त्यांच्या नंतर आलेल्या व्यक्तींमध्ये हॉव्हरक्राफ्टच्या उपयोगाबद्दल कृष्ण मेनन यांच्यासारखा आशावाद नव्हता. तो विषय वादग्रस्त बनला आणि अखेर बासनात गुंडाळला गेला. माझे पाय जमिनीवर आणणारा आणि काहीवेळा 'आभाळ हीच मर्यादा' नसते, हे मला दाखवून देणारा हा जबरदस्त धडा होता – तुमच्यापेक्षा मोठ्या शक्ती नेहमीच असतात, ज्या तुमच्या कार्यांचे अनुषंगिक

परिणाम ठरवतात. दुसरा धडा म्हणजे, जिथं माझा प्रभाव असू शकत नाही, अशीही क्षेत्रं आहेत. मी फक्त माझ्या दृष्टीने सर्वतोपरी, माझ्या सगळ्या क्षमता पणाला लावून काम करू शकतो. कारण अखेर फक्त तेवढंच आपल्या हातात असतं. आणि आपल्या कृतीचे काय परिणाम घडणार आहेत, ते कुठं कुणाला माहीत असतं? 'नंदी' उपयोगात आणलं जाणार नसल्याच्या – खरं तर ते त्या उद्देशानेच बनवलं होतं – अपेक्षाभंगातून सावरण्याचा मी प्रयत्न करत होतो. त्याच दरम्यान प्रोफेसर एम. जी. के. मेनन ते पाहायला आले आणि यांनी त्याबद्दल मला प्रश्नही केले. अखेर मी डॉ. विक्रम साराभाईंच्या मार्गदर्शनाखाली INCOSPARमध्ये रॉकेट इंजिनीअर म्हणून रूजू झालो आणि तो विषय संपला.

मी INCOSPARमध्ये व पुढे 'इस्रो'मध्ये काम करत असताना माझ्याकडे विविध प्रकारचे अग्निबाण व स्पेस व्हेइकल्स विकसित करण्याची जबाबदारी सोपवण्यात आली होती. यामध्ये साउंडिंग रॉकेट्सपासून रॉकेट पेलोड्सपर्यंत ते सॅटेलाइट लॉन्च व्हेइकल्सपर्यंत विविध गोष्टींचा समावेश होता. भारताच्या अवकाश कार्यक्रमाशी सुसंगत विविध विकास कार्ये घडवणे, हे डॉ. विक्रम साराभाईंचं स्वप्न होतं. आणि अशा अनेक प्रकल्पांमध्ये सहभागी होता येणं, हे माझं भाग्य होतं. यामध्ये मी सर्वांत गुंतागुंतीचं आव्हान मानतो, ते एसएलव्ही विकसित करण्याच्या कामाला. मी उपग्रह कक्षेत सोडण्यासाठी 'लॉन्च व्हेइकल' तयार करण्याच्या अतिभव्य प्रकल्पाचं नेतृत्व करत होतो. त्यामुळे तंत्रप्रगत देश म्हणून आपल्या देशाचं स्थान तर उंचावणार होतंच,

शिवाय आपण त्यातून उत्पन्नही मिळवू शकणार होतो. ज्या देशांना उपग्रह कक्षेत सोडण्यासाठी एसएलव्ही वापरायचं असेल, त्यांना ती सुविधा आपण उपलब्ध करून देऊ शकणार होतो. एसएलव्हीच्या निर्मितीबद्दल मी 'विंग्ज ऑफ फायर' या माझ्या पुस्तकात सविस्तर लिहिलं आहे. अनेक संदर्भात हा अत्यंत खडतर प्रवास होता. इतका मोठा आवाका असणारा प्रकल्प तडीला नेत असताना गुंतागुंती अटळपणे होत असतात. या प्रकल्पासाठी आम्हाला वेळ आणि संसाधने या दोन्ही संदर्भात 'बजेट' आखून दिलं होतं. आणि या चौकटीत राहून फलनिष्पत्ती घडवण्याची जबाबदारी माझ्यावर होती. व्यक्तिगत माझ्यासाठी हा काळ अत्यंत ताणाचा होता. कारण अवघ्या तीन वर्षांत माझ्या तीन प्रिय व्यक्ती कायमच्या निघून गेल्या होत्या – अहमद जलालुद्दिन, माझे वडिल आणि आई. मी स्वत:ला कामात इतकं आकंठ बुडवून घेतलं होतं. आणि माझं मन अपेक्षित अंतिम फलनिष्पत्तीवर पूर्णपणे एकाग्र केलं होतं. त्यामुळेच मी हा प्रकल्प सुफळ संपूर्ण करू शकलो.

एसएलव्ही प्रकल्पामध्ये सर्वात मोठा धडा कोणता मिळाला? असा प्रश्न आता मला विचारला, तर मी तीन गोष्टी सांगेन :

पहिली गोष्ट म्हणजे, देशाच्या विकासात विज्ञान व तंत्रज्ञान, संशोधन आणि अभियांत्रिकी यांची भूमिका माझ्या प्रथमच लक्षात आली. एसएलव्ही प्रकल्पात अनेक टीम काम करीत होत्या. त्यामध्ये शास्त्रज्ञ, संशोधक आणि अभियंते होते. टीम प्रमुख या नात्याने कुणी काय केलं, कुठं केलं, हे मी पाहत होतो. मी रेषा आखून देण्याचं व सूचना देण्याचं काम कारायचो. विज्ञान अथांग-अमर्याद आणि

अन्वेषणात्मक आहे, हे मला कळलं होतं. एखाद्या पर्यटकाने जलप्रवासाला निघावं, तसं ते आपल्याला उत्तरं शोधण्याच्या प्रवासाला प्रेरित करतं. खरं तर हा शक्य त्या प्रत्येक गोष्टीचा आणि एक दिवस ज्याचं स्पष्टीकरण मिळेल व शक्य करता येईल, अशा प्रत्येक गोष्टीची यात्रा आहे. विज्ञान हा आनंद व ध्यास आहे. त्याचवेळी विकास ही बंदिस्त वलयासारखी गोष्ट असते. शास्त्रज्ञांनी केलेलं काम स्वीकारत विकास काही पायऱ्या पुढे जात असतो. त्यामध्ये चुकांना जागा नसते. उलट विकासात चुकांचा उपयोग सुधारणा आणि उत्तरोत्तर प्रगती करण्यासाठी केला जातो. त्यामुळे जेव्हा शास्त्रज्ञांनी आम्हाला मार्ग दाखवला आणि आमच्यासमोर शक्यता मांडल्या तेव्हा आम्ही एतद्देशिय लॉन्च व्हेइकल तयार करू शकलो. या अभियंत्यांनी आम्हाला सतत फलनिष्पत्तीच्या मार्गावर ठेवलं, ते सुद्धा आम्हाला दिल्या गेलेल्या वेळ व संसाधनाच्या चौकटीत राहून. अशा प्रकारचा प्रकल्प यशस्वी होण्यासाठी सगळ्या गोष्टींमध्ये उत्तम समन्वय व सुसूत्रता असणं गरजेचं असतं... अगदी एखाद्या वाद्यवृंदासारखी!

दुसरी गोष्ट म्हणजे, या दरम्यान मला बांधिलकीचं स्वरूप समजलं. त्या वेळी माझ्या मनात तो प्रकल्प सोडून इतर कशाचा फारसा विचार नसायचा. त्या प्रकल्पावर माझ्यासारखेच इतरही बरेच लोक अगदी झपाटून प्रचंड मेहनत घेत होते. पण यासंदर्भात मला वेर्नर वॉन ब्रॉन यांच्या अनमोल शब्दांइतकं दुसरं सुज्ञ संचित गवसलेलं नाही. अग्निबाण क्षेत्रातील मातब्बर असामी वॉन ब्रॉन यांनी व्ही-२ क्षेपणास्त्रं विकसित केली होती. या क्षेपणास्त्रांनी दुसऱ्या

जागतिक महायुद्धात लंडन उद्‌ध्वस्त केलं होतं. त्यानंतर त्यांची नासाच्या अग्निबाण कार्यक्रमात नियुक्ती झाली. तिथं त्यांनी दीर्घ पल्ल्याचं पहिलं क्षेपणास्त्र तयार केलं – ज्युपिटर! ते शास्त्रज्ञ होते. रचनाकार, अभियंता, प्रशासक आणि तंत्रज्ञान व्यवस्थापकही होते. ते आधुनिक अग्निबाणाचे जनक होते. ते भारतात आले होते, त्या वेळी मला त्यांच्यासोबत विमानप्रवास करण्याचे भाग्य लाभले होते. मी चेन्नई विमानतळावर त्यांच्या स्वागताला गेलो होतो आणि तिथून त्यांना थुम्बाला घेऊन गेलो होतो. आमच्या एकूणच कामाबद्दलचे त्यांचे शब्द आजही माझ्या मनावर कोरलेले आहेत.

ते म्हणाले होते, "आपण फक्त यशानेच नव्हे, तर अपयशांमुळेही घडत असतो, याचं सदैव स्मरण ठेवायला हवं."

आमच्या कामात प्रचंड मेहनत आणि समर्पित वृत्ती अपरिहार्यच असते. त्यासंदर्भात ते म्हणाले होते, 'रॉकेटरीमध्ये फक्त प्रचंड मेहनत पुरेशी ठरत नाही. हा काही कुठला क्रीडाप्रकार नाही की, ज्यात प्रचंड मेहनत घेतली तर मानसन्मान लाभू शकतील. या क्षेत्रात तुम्ही ध्येय ठेवणं तर आवश्यक असतंच, पण ती ध्येयं शक्य तितकी लवकरात लवकर साध्य करण्यासाठी तुम्ही डावपेचात्मक धोरणं आखण्याचीही गरज असते.

संपूर्ण बांधिलकीची जाणीव म्हणजे केवळ कठोर मेहनत नव्हे, तर संपूर्ण सहभाग पण आहे. संपूर्ण बांधिलकी म्हणजे ध्येयनिश्चिती! तुमच्या कठोर मेहनतीच्या अंतिम फलनिष्पत्तीमध्ये फरक पाडणारी!'

आणि हे शब्द मी अनुसरले असं मला वाटतं :

'रॉकेटरी हा तुमचा व्यवसाय, तुमचं उपजीविकेचं साधन

मानू नका – तो तुमचा धर्म, तुमचं जीवनध्येय बनवा!'

त्या वेळी माझं लक्ष फक्त एसएलव्ही प्रकल्पावर होतं. बाकी सगळ्या गोष्टी मी थांबवल्या होत्या. तसंच मी ताणतणावांचा सामना करायलाही शिकलो होतो. तुमच्या ध्येयमार्गात विखुरलेल्या अडचणींचा सामना तुमचं मन अशाच पद्धतीने करत असतं आणि त्यावरच अंतिम फलनिष्पत्ती ठरत असते. कोणत्याही मोहिमेच्या अंतिम यशस्वितेचा आनंद अनुभवायचा असेल, तर अशा अडचणींची आवश्यकता असते, असं मला खरोखर वाटतं.

आणि याचसंदर्भात मला एसएलव्ही प्रकल्पावर काम करत असताना तिसरा धडा मिळाला – अपयशांचे तडाखे झेलण्याची आणि त्यातून शिकत राहण्याची क्षमता माझ्यात निर्माण झाली.

एसएलव्ही-३च्या उड्डाणाची पहिली प्रायोगिक चाचणी अपयशी ठरली होती, हे आता सर्वश्रूत आहे – ते समुद्रात बुडालं होतं. या चाचणीचा पहिला टप्पा व्यवस्थित पार पडला. पण दुसऱ्या टप्प्यावर मात्र गोष्टी हाताबाहेर गेल्या. उड्डाणानंतर अवघ्या ३१७ सेकंदांत व्हेइकल कोसळलं आणि 'पेलोड'सह व्हेइकलचे अवशेष समुद्रात बुडाले. ही घटना श्रीहरीकोटापासून ५६० किलोमीटर अंतरावर घडली.

या चाचणीदरम्यान घडलेल्या या घटनांनी मी प्रचंड बधिर झालो होतो. मी यापूर्वीही अपयश आणि अडथळ्यांना तोंड दिलं होतं, पण वर्षानुवर्षांची मान मोडून केलेली मेहनत अशी वाया गेलेली पाहणं... हे पचवणं फार अवघड होतं.

मनात पुनःपुन्हा एकच प्रश्न घुटमळत होता... 'काय चुकलं?'

पण माझ्यापाशी त्याचं उत्तर नव्हतं. मी या कामाचा इतका भयंकर ताण घेत होतो की, आता माझ्या शारीरिक क्षमतेचा अंत होण्याची वेळ आली होती. आणि आता हे सारंच संपून गेल्यावर मला स्वतःची समजूत घालायला किंवा माझ्या भोवतीच्या लोकांना सांगयला काही शब्दच नव्हते... कुठल्या शब्दांना काही अर्थच नव्हता.

अखेर आता आपण झोपावं एवढाच मी विचार करू शकलो. मी स्वतःलाच सांगितलं की, आता या साऱ्याचं विश्लेषण करायला सुरुवात करण्याआधी झोप घे!

मला आठवतंय, मी बराच वेळ झोपलो होतो. त्यानंतर मला डॉ. ब्रह्म प्रकाश यांनी हळुवारपणे उठवलं. ते त्या वेळी माझे वरिष्ठ होते. पण त्या क्षणी ते अगदी आस्थेने वडीलधारे या नात्याने मला उठवायला आले होते. त्यांनी मला त्यांच्यासोबत जेवायला मेसमध्ये नेलं. आम्ही दोघं एकत्रच जेवायला बसलो होतो, पण त्यांनी लॉन्चबद्दल चकार शब्द काढला नाही. मला खूप बरं वाटलं होतं. झालेल्या गोष्टींचं विश्लेषण, मोहिमेची पुनःआखणी या बाबी नंतर घडणारच होत्या. पण त्या क्षणी फक्त आम्ही दोघं एकमेकांसोबत होतो... प्रमाणाबाहेर शीणलेले, कुणाचा विश्वासही बसणार नाही इतके दमलेले. पण आपण जे घडवलं आहे, ते वाया जाणार नाही याची मनोमन खातरी असलेले. आता आपल्याला आणखी पर्वत पार करावे लागणार आहेत. येत्या काळात आणखी शिखरमाथे सर करावे लागणार आहेत, हे आम्हाला माहीत होतं. पण त्या क्षणी त्यांनी मला त्यांच्या पंखांखाली घेतलं आणि आपल्या मुलाने एखादी अतिशय प्रिय शर्यत हारल्यानंतर त्याचे आई-वडील त्याच्यासाठी जे करतात – मुलाला खाऊ

घालणे, विश्रांती घेऊ देणे आणि आता पुढे काय करायचं याचा विचार करू देणे, तेच त्यांनी माझ्यासाठी केलं.

मी एसएलव्ही-३ प्रकल्पातून शिकलेला सर्वांत महत्त्वाचा धडा म्हणजे माणूसकी, औदार्य आणि समजून घेण्याची वृत्ती! हे गुण तुम्हाला कधीही निराश करत नाहीत. दिवसाच्या शेवटी, जेव्हा ध्येयं निश्चित करून त्यानुसार आखणी केली जाते, त्यानुसार मार्गक्रमण केलं जातं आणि वाटेतल्या अडथळ्यांचा सामना केला जातो, तेव्हा खरी मदत होते, ती फक्त माणुसकीचीच! मग आपण कोणत्याही स्थानावर असलो तरी आपण सभ्य, सौम्य, क्षमाशील, दयाळू आणि सहृदय बनणं, हेच फक्त आगामी काळात गरजेचं आहे. मग तो क्षेपणास्त्रविकास कार्याचा घटक असो वा शाळेत शिकवण्याचं काम करत असो, उच्चपदे सांभाळत असो वा या गोंधळून टाकणाऱ्या जगात आपल्या मुलांना वाढवणारे माता-पिता असोत!

विज्ञान जगतातील माझा प्रवास इथून खूप दूरवर गेला. मी 'इस्रो'मधून 'डीआरडीओ'मध्ये गेलो. तिथं मी भारताच्या पहिल्या देशी बनवटीच्या क्षेपणास्त्र यंत्रणा – 'पृथ्वी', 'त्रिशूल', 'नाग' व 'अग्नी' बनवणाऱ्या विविध टीमचा घटक होतो. त्यांची निर्मिती कशी झाली, त्यांनी आपल्याला कसं प्रगतीपथावर नेलं, या गोष्टींबद्दल मी याआधीही लिहिलं आहे. या प्रकल्पांवर काम करत असताना मी विज्ञान व रॉकेटरीची नवी क्षेत्रं समजून घेतली. आणि त्यासंबंधीचं ज्ञानही मिळवलं. त्याचबरोबर मी नव्या गोष्टी करायला शिकलो, अधिक प्रभावी नेतृत्व व संवाद साधणं, या गोष्टी शिकलो आणि यश व अपयश या दोन्ही गोष्टी

पचवायला शिकलो.

मी या सगळ्या गोष्टी का सांगतोय?

माझा खूप वेगवेगळ्या विषयांशी व लोकांशी संबंध आला आहे. त्यामध्ये आयुष्याचा जवळपास प्रत्येक पैलू मी पाहिला आहे... हे मती गुंग करणारं आहे... कदाचित त्यामुळे हे सांगावं असं वाटत असेल की, मी या साऱ्यातून माझा रस्ता शोधला आहे. आणि माझ्या या स्मरणयात्रेतून जर कुणा अशाच परिस्थितीतून जाणाऱ्या माणसांना जीवनातली लहरी, वाटा-वळणं समजून घेण्यास मदत झाली, तर मला आपण फक्त स्वत:साठी जगलो असं न वाटता, इतर असंख्य लोकांसाठी जगलो असं वाटेल.

या थोर भूमीतली
मी एक विहीर आहे
इथल्या कोट्यवधी
मुलामुलींकडे पाहतो आहे मी!
विहिरीतून पाणी काढतात
तसं माझ्यातून काढून घ्या
अक्षय देवत्व
आणि त्याची कृपा
सर्वत्र शिंपा!

अजून खूप अंतर कापायचंय...

**या** कहाण्यांमध्ये मी माझं थोडंसं जीवनचित्र रेखाटलेलं आहे... माझ्यावर खोल प्रभाव टाकणारे प्रसंग, लोक, काळ व स्थळांना स्पर्श करणारं. जेव्हा आपण आयुष्यातले असे प्रसंग आठवायला व ते सांगायला सुरुवात करतो आणि जेव्हा आयुष्य माझ्या आयुष्याइतकं घटनापूर्ण व कार्यमग्न असतं – तेव्हा सांगण्याजोगे आणखी शेकडो प्रसंग असतात. भारताने दुसरी अणुचाचणी केली. त्या वेळी मी भारत सरकारचा विज्ञान सल्लागार होतो. तेव्हाचा काळ, माझी निवृत्ती, त्यानंतर माझी ज्ञानार्जनाप्रती समर्पित वृत्ती आणि भारताचं राष्ट्रपतीपद भूषवितानाचा कालावधी. या संपूर्ण काळातल्या अगणित आव्हाने आणि ज्ञानसंपादनाच्या विपूल कहाण्या सांगता येतील.

'अग्नी'चं लॉन्चिंग आणि त्यापाठोपाठच्या घटनांनी मी प्रसारमाध्यमांच्या नजरेत अधिकाधिक येत गेलो. तसं मला सर्व प्रकारचे निर्णय घेताना व कठीण समस्या सोडवताना काय-काय धडे मिळाले, याबद्दल सांगावं लागलं. माझे प्राधान्याचे विषय व उद्दिष्टं यांमध्येही सूक्ष्म बदल घडले. याआधी मी प्रत्यक्ष काम करणे व अंमलबजावणी करणे, याकडे अधिक लक्ष द्यायचो. आता मी चिंतनालाही वेळ

देऊ लागलो आहे. आता मी विचार, लेखन व जीवनाच्या सर्व क्षेत्रातील लोकांशी संवाद साधण्यासाठी वेळ देऊ लागलो आहे. वर्षांमागून वर्षं पुढे सरकत आहेत, तसं माझ्या लक्षात येऊ लागलं आहे की, आता मला आपल्या देशातील तरुणांशी अधिकाधिक संवाद साधण्यात खूप रस निर्माण झाला आहे. मी बरीच पुस्तकं लिहिली, त्यांना चांगलं यश लाभलं. कदाचित वाचकांना २०२० सालातील भारतासाठी विशिष्ट स्वप्न पाहणाऱ्या आणि ते साकार करण्याचा प्रयत्नही करणाऱ्या माणसाचं ते शब्दबद्ध केलेलं ध्येय भावल्यामुळे असेल, पण ती पुस्तकं वाचकांना खूप आवडली.

'इंडिया २०२०', 'विंग्ज ऑफ फायर', 'इग्नाइटेड माइंड्स' यांसह इतर पुस्तकांना देशातील वाचकांनी खूप उत्साहाने प्रतिसाद दिला आहे. ही अत्यंत समाधानाची गोष्ट आहे.

व्याख्याने, संवाद-चर्चा, लेख व पुस्तके या माध्यमांद्वारे आपल्या देशासाठी मी पाहिलेले स्वप्न व माझा दृष्टिकोन व्यक्त करत होतो. त्याचदरम्यान मला तंत्रज्ञानाच्या इतर अनेक क्षेत्रांतही रस निर्माण होत होता. १९९०च्या दशकात मी 'इंडिया व्हीजन २०२०' तयार करण्यास साहाय्य करत होतो. त्या वेळी मला विलक्षण अनुभव मिळाला. माझ्याकडे 'टेक्नॉलॉजी इन्फर्मेशन, फोरकास्टिंग अ‍ॅन्ड असेसमेन्ट काउन्सिल (TIFAC)'च्या अध्यक्षपदाची जबाबदारी देण्यात आली होती. या समितीच्या पहिल्याच बैठकीत आम्ही ठरवलं होतं की, २०२० सालापर्यंत भारताला आर्थिकदृष्ट्या विकसित देश बनविण्यासाठी टीआयएफएसीने योजना आखली पाहिजे. ज्या वेळी आपला जीडीपी वार्षिक पाच ते सहा

टक्क्यांवर होता, त्याकाळी आम्ही तो किमान दहा टक्क्यांवर नेण्याची योजना आखली होती. जर एक अब्ज लोकांचं विकासाचं स्वप्न साकार करायचं, तर हा दर सतत दहा वर्षं वार्षिक दहा टक्के राहावा लागणार होता. या विचाराने समितीमध्ये असलेल्या आम्हा सर्वांच्याच मनात स्फुल्लिंग चेतले होते. आम्ही चर्चेअंती १७ 'टास्क टीम' तयार केल्या. या त्यातील ५०० सदस्यांनी अर्थकारणातील विविध विभागांतील सुमारे ५,००० लोकांशी सल्लामसलत केली. या समित्यांचं काम जवळजवळ दोन वर्षे चाललं होतं. अखेर २ ऑगस्ट, १९९६ रोजी आम्ही पंचवीस पानी अहवाल तत्कालीन पंतप्रधानांना सादर केला. राष्ट्रीय विकासासाठी निरनिराळे विभाग व संस्था-संघटना एकत्र येऊन कशा प्रकारे काम करू शकतात, याचं हे उत्तम उदाहरण होतं. आमचं टीआयएफएसीचं काम प्रगतीपथावर असतानाच, मी कृषी व माहिती तंत्रज्ञान क्षेत्रातल्या घडामोडींचा अभ्यास अतिशय रस घेऊन करत होतो. ते माझ्या अत्यंत आवडीचं काम बनलं होतं. मी देशभर प्रवास करून विद्यार्थी, शिक्षक, प्रशासक, अधिकारी अशा वेगवेगळ्या लोकांना भेटत होतो, तेव्हा माझ्या लक्षात आलं की, या 'व्हिजन' वर काम करणं, हा फक्त माझ्या कामचा पहिला भाग आहे. जेव्हा माणूस एखादं ध्येय व्यक्त करतो, ते स्पष्ट करतो आणि त्यावर चर्चा घडवतो, तेव्हा ते ध्येय जीवन व्यापून राहतं. मी नेमकं तेच करायचं ठरवलं होतं. मी जिथं जाईन तिथं लोकांशी याबद्दल बोलायचो – भारतात ज्ञानाधारित समाजनिर्मिती करण्याची गरज विषद करायचो... जो तंत्रज्ञानाच्या आधारे सबल होईल आणि त्याचवेळी आपण आपले आध्यात्मिक आयामही विकसित करू शकू असा देश

घडवण्याची गरज...!

सन २००२ ते २००७ या दरम्यान मी भारताच्या राष्ट्रपतिपदी होतो. आता मी त्याकडे 'भारत नावाचं आश्चर्य' समजून घेण्यातला एक प्रदीर्घ धडा म्हणून पाहतो. प्रसारमाध्यमांनी मला 'जनतेचा राष्ट्रपती' बनवलं आणि देशभरातील अनेक लोकांनीही हे बिरुद उचलून धरलं. माझा असा उल्लेख केलेला मला आवडतोही. माझा या पदाचा कार्यकाल सुरू झाला तेव्हा आपण आपल्या या गुंतागुंतीच्या आणि मोहमयी देशाचा दौरा करण्यासाठी शक्य तितका वेळ द्यायचा, असं मी ठरवलं होतं. देशाच्या निरनिराळ्या भागांमधले लोक कसे राहतात. त्यांचं आयुष्य कशा प्रकारचं आहे. ते कोणत्या वातावरणात राहतात. त्यांच्या समस्या काय आहेत. त्या कशा सोडवल्या जातात – त्या सोडवल्या तरी जातात का, हे सगळं मला पाहायचं होतं. माझ्या आधीच्या इतर कोणत्याही राष्ट्रपतीपेक्षा मी देशाचे दौरे अधिक केले, असं म्हटलं गेलं. उतरत्या पर्वतरांगांवरच्या सियाचीनपासून ते ईशान्येकडील सुंदरतेने नटलेल्या राज्यांपर्यंत! देशाच्या पश्चिमी टोकाकडल्या प्रदेशांपासून ते दक्षिण टोकापर्यंत मी सर्वत्र फिरलो आहे, याला अपवाद फक्त लक्षद्वीपचा (त्याची माझ्या मनात खंत राहील.) मी गाडीने प्रवास केला, विमानाने प्रवास केला आणि तीनवेळा तर रेल्वेने प्रवास केला. माझ्या रेल्वेप्रवासासाठी, खास राष्ट्रपतींसाठी असलेल्या जुन्या रेल्वे कॅरेजचं नूतनीकरण करून ते सॅटेलाइट मॅपिंगसारख्या आधुनिक सुविधांनिशी अद्ययावत करण्यात आलं होतं. मी आपला देश सगळ्या कोनांमधून पाहू शकलो, त्याबद्दल मी सदैव कृतज्ञ राहीन.

या काळात मला भेटलेल्या शेकडो, लाखो स्त्री-पुरुष आणि मुलांकडून मी काय शिकलो? मी शिकलो की, 'एक समाज म्हणून आपण प्रचलित गोष्टींबद्दल प्रश्नचिन्ह उपस्थित करायचं नाही,' अशी आपल्याला शिकवण दिलेली असते. अगदी शाळेतल्या लहान मुलांना बोलतं करायला, त्यांनी मोकळेपणे प्रश्न विचारावेत यासाठी त्यांची बरीच मनधरणी करावी लागते, त्यांना प्रोत्साहन द्यावं लागतं. मात्र याचा अर्थ काही प्रश्नच नसतात असा नाही. बुडबुड्यांसारखे ते पृष्ठभागावर येत असतातच. मात्र एकदा द्वारं उघडली की, औत्सुक्याचे आणि चौकशांचे धबधबे कोसळू लागतात. मला विज्ञान, तंत्रज्ञान, अवकाश, कलाप्रकार याबद्दल प्रश्न विचारले गेले आहेत. एवढंच काय, तर मी अविवाहित का राहिलो आणि मी केशरचना अशी का ठेवली आहे, याबद्दलसुद्धा मला विचारलं गेलं आहे! यातल्या प्रत्येक प्रश्नाला उत्तर देण्याचा मी प्रयत्न केला आहे – अगदी विचारपूर्वक! मनापासून आणि शक्य तितकं सविस्तर! मी स्वत:च अजून जिज्ञासू साधक आहे, असं मी त्यांना सांगायचो. मी त्यांच्याशी संवाद साधायचो ते केवळ त्यांच्याशी बोलण्यासाठी नव्हे, तर त्यातून मी स्वत:साठीच उत्तरं शोधायचो. त्या वेळी मला भारतीय असणं म्हणजे काय, या देशात स्त्री अथवा पुरुष असणं म्हणजे काय, आपल्यापैकी प्रत्येक जण स्वत:चं आयुष्य जगत असताना समाज कशाप्रकारे घडवतो आणि हे समजून घेतलं, तर माणूस काय करू शकतो, हे माझ्या ध्यानात आलं.

माझ्या राष्ट्रपतिपदाच्या कार्यकालामध्ये राजकीय उलथापालथही घडली. 'टर्निंग पॉइंटस' या माझ्या पुस्तकात मी त्याबद्दल लिहिले आहे. देशाचा घटनात्मक प्रमुख म्हणून

मी लोकशाही प्रक्रियेमध्ये खूप गुंतून गेलो. संसद आणि इतर संस्था ज्या पद्धतीने काम करतात आणि राष्ट्रपती त्यांच्या प्रभावक्षेत्रांत कशा प्रकारे बदल घडवून आणू शकतात, याचे विचार बहुतेक वेळा माझ्या मनात असायचे.

माझा राष्ट्रपतिपदाचा कार्यकाल संपल्यानंतर मी माझ्या पूर्वीच्या आयुष्यात आनंदाने परतलो. देशविदेशांत व्याख्यानांच्या निमित्ताने फिरू लागलो. मी पूर्वीइतकाच कामात बुडालेलो होतो. कारण 'इंडिया २०२०' आणि 'प्रोव्हायडिंग अर्बन ॲमिनिटीज् इन रुरल एरियाज्' (PURA) या माझ्या आवडत्या प्रकल्पांना गती देण्यासाठी मी अथक परिश्रम घेत होतो. मी विद्यार्थ्यांना भेटतो, भारतीय व परदेशी विद्यापीठांमध्ये संशोधनांचा पाठपुरावा करतो आणि राष्ट्रीय प्रश्नांबद्दल माझी मते देतो. मी दूरदूरच्या क्षेत्रांचा दौरा करून तिथल्या विद्यार्थ्यांशी बोलतो आणि त्यांना भविष्याचं भव्य स्वप्न देतो. ही मुलं बरेचदा मला अनेक गोष्टींबद्दल प्रश्न करतात – वरच्या इयत्तांमध्ये आम्ही कोणत्या विषयांचा अभ्यास करावा, इथपासून ते त्यांच्या गावांतल्या व जिल्ह्यांतल्या पायाभूत संरचनांविषयक प्रश्नांपर्यंत अनेक गोष्टींबद्दल!

अर्थात हे पुस्तक म्हणजे माझ्या आयुष्याचा लेखाजोखा नाही. तो मी यापूर्वी मांडलेला आहे. हे छोटेखानी पुस्तक म्हणजे दीर्घ व वळणावळणांच्या रस्त्यावरचं विश्रांतिस्थान आहे. हे हमरस्त्यावरचं असं स्थान आहे, जिथं थांबून तुम्ही आजवरच्या आपल्या प्रवासाबद्दल चिंतन करत, तिथून धावणारं जग पाहू शकता. कोणे एकेकाळी मी मद्रासहून

डेहराडूनला जाणारी रेल्वे पकडली होती, त्या रेल्वेचा हा छोटासा थांबा आहे. ज्या प्रवासात मी पहिल्यांदाच आपला देश दक्षिण टोकापासून उत्तर टोकापर्यंत पाहिला होता.

मात्र, आता याखेपेला माझे डोळे फक्त कुठल्या एका अंतिम लक्ष्यावर खिळलेले नाहीत. आता मी मागे वळून पाहिलं की, आयुष्याचा जादूई आरंभ दिसू लागतो... नारळांचा घोस घेऊन घराकडे येणारे माझे वडील दिसू लागतात... त्यांचं मन प्रार्थनेने प्रफुल्लित झालेलं असतं, आम्हा सर्वांसाठी भात-सांबार आणि चटण्या बनवतानाची आईची लगबग आठवते... मला खुणेने बोलावून स्वयंपाकघरात तिच्या शेजारी बसवून घेणारी आई दिसते. मी डोळे बंद केले की, रामेश्वरममधली घोंघावती वादळं आठवतात... झाडाझाडांमधून घुमत जाणारा सोसाट्याचा वारा आणि सागरात उधाणलेल्या लाटांच्या गर्जना ऐकू येतात. दिवस सुरू झाल्यापासून तो संपेपर्यंत वृत्तपत्रं टाकणं आणि मग पैसे वसूल करणं, हे काम करून रात्री दमलेले हात-पाय आठवतात... तो शीण जणू आजही जाणवतो. मला तेव्हा ऐकलेले स्वर आणि शब्द अगदी कालच ऐकल्यासारखे स्पष्ट आठवतात. मला वडिलांचं बोलणं आठवतं, 'तुला प्रगती करण्यासाठी दूर जावंच लागेल. समुद्री पक्षी घरट्यापासून दूर, एकटे, सूर्यापलीकडे जातातच ना? तू आठवणींचा प्रदेश सोडून तुझ्या आकांक्षांच्या प्रांतात गेलं पाहिजेस. आमचं प्रेम तुला बांधून ठेवणार नाही किंवा आमच्या गरजा तुला धरून ठेवणार नाहीत.'

या विश्रांतीस्थानी मी जरासं थांबून माझे सहप्रवासी इथून जाताना आणखी एकदा भेटण्याची प्रतिक्षा करू शकतो. पक्षी लक्ष्मण शास्त्रीजी, रेव्हरंड ईयादुराई सॉलोमन,

अहमद जलालुद्दिन ते डॉ. विक्रम साराभाई, प्रोफेसर सतीश धवन, डॉ. ब्रह्म प्रकाश... अशा माझ्यावर खोलवर प्रभाव टाकणाऱ्या, माझे विचार आणि बुद्धिमत्तेला आकार देणाऱ्या, माझी जडणघडण करणाऱ्या व्यक्ती. त्यांच्या कहाण्या सांगताना मला त्यांचं अस्तित्व यापूर्वी कधी जाणवलं नसेल, इतकं अधिक जाणवतंय. या लोकांनी माझ्या मनात जी विचारांची बीजं रोवली, ती हे लोक मला कायमचे सोडून गेल्यानंतरही माझ्यात टिकून आहेत. हे वाचत असताना यातली काही बीजं माझ्याप्रमाणेच तुमच्याही मनात रुजली असतील, अशी मला आशा आहे. हे विचार, कल्पना, आदर्श व तत्त्वांचं परिवहन हा जीवन नामक वर्तुळाचाच एक भाग असतं.

कठोर परिश्रम आणि निष्ठा, अभ्यास आणि ज्ञानोपासना, अनुकंपा आणि क्षमाशीलता – या गोष्टी माझ्या जीवनात पायाभूत आहेत. या वैशिष्ट्यांची कहाणी मी जगाला अगदी मुळापासून सांगितली आहे. खरं तर, कुणाचंही संपूर्ण आयुष्य इतरांना सांगणं म्हणजे विचार व भावनांचा खजिना खुला करणंच असतं. जीवन नामक आश्चर्याला हे विचार व भावना झळाळी देत असतात. या प्रक्रियेमध्ये जर या गोष्टींनी माझ्या वाचकांच्या स्वप्नांना पंख दिले... त्यांच्या मनात स्वप्नांचे स्फुल्लिंग चेतवले, तर दैवाने मला जे आयुष्य दिलं त्यामधली माझी छोटीशी भूमिका मी बजावली असं मी समजेन!!

❖❖❖

*'विंग्ज ऑफ फायर'नंतरचा स्फूर्तिदायक भाग*

# टर्निंग पॉइंट्स

आव्हाने पेलत केलेला प्रवास...

लेखक

**डॉ.ए.पी.जे. अब्दुल कलाम**

---

अनुवाद

**अंजनी नरवणे**

'टर्निंग पॉइंट्स'मधील कलाम यांची अशक्य वाटणारी कथा, 'विंग्ज ऑफ फायर' जेथे संपते, तेथून पुढे सुरू होते. ह्या कथेत त्यांच्या कारकिर्दीतल्या आणि राष्ट्रपतिपदाच्या कालावधीतल्या कोणाला फारशा ठाऊक नसलेल्या, काही विवादास्पद घटनांबद्दलच्या अनेक बारीकसारीक गोष्टी प्रथमच समोर येतात. यातून एका असामान्य व्यक्तिमत्त्वाचे अंतरंग तर समजतेच; पण प्रयत्न केले, चिकाटी ठेवली आणि आत्मविश्वास असला, तर अनेक सिद्धी मिळवून, कौशल्ये आणि सामर्थ्ये मिळवून महान वारसा असलेला हा देश पुन्हा महान कसा होऊ शकेल, त्याची संकल्पनाही मिळते. सर्वांत विशेष म्हणजे, ही गाथा आहे एका व्यक्तीने स्वत: आणि इतरांना बरोबर घेऊन केलेल्या प्रवासाची – जो प्रवास भारताला २०२०पर्यंत आणि नंतरही एक 'विकसित राष्ट्र' म्हणून उभे करेल.

**Mehta Publishing House Pvt. Ltd.,** Pune 411030.
✆ +91 020-24476924 / 24460313 / Mob. No. 9545000513
Email : production@mehtapublishinghouse.com
Website : www.mehtapublishinghouse.com



१५८